ENDALA ÍTALSKI EFTIRLITSBÓKIN

Dekraðu við hið fullkomna safn af 100 ítölskum eftirréttuppskriftum

Víðir Jökulsson

 Þessi bók ætti ekki að koma í staðinn fyrir læknisfræðilega, lögfræðilega eða aðra faglega ráðgjöf.

EFNISYFIRLIT

KYNNING

Ef þú ert aðdáandi ítalskrar matargerðar, þá veistu að ítalskir eftirréttir verða að prófa. Frá klassísku tiramisu til rjómalaga panna cotta og frískandi granítu, ítalskir eftirréttir eru þekktir fyrir eftirlátssama bragð og áferð. Ef þú ert að leita að því að stækka eftirréttaskrána þína, þá er matreiðslubókin Endala ítalski eftirlitsbókinfullkomin fyrir þig.

Með yfir 100 uppskriftum er þessi matreiðslubók yfirgripsmikil leiðarvísir til að búa til ekta ítalska eftirrétti í þægindum í þínu eigin eldhúsi. Hverri uppskrift fylgir falleg mynd í fullum lit, svo þú getur séð nákvæmlega hvernig fullbúinn rétturinn þinn ætti að líta út.

En þessi matreiðslubók er ekki bara safn af uppskriftum - hún er ferð í gegnum ríka sögu og hefðir ítalskrar eftirréttargerðar. Þú munt læra um uppruna klassískra eftirrétta eins og cannoli og zabaglione og uppgötva nýjar útfærslur á gömlum uppáhaldi.

Hvort sem þú ert byrjandi eða reyndur heimamatreiðslumaður, þá hefur þessi matreiðslubók eitthvað fyrir alla. Með skýrum leiðbeiningum og gagnlegum ráðum muntu geta búið til ljúffenga og áhrifamikla eftirrétti sem koma vinum þínum og fjölskyldu á óvart. Svo hvers vegna að bíða? Fáðu þér eintak af matreiðslubókinni Endala ítalski eftirlitsbókiní dag og byrjaðu að dekra við sæta bragðið frá Ítalíu!

1. Súkkulaði Panna Cotta

Gerir: 5 skammta

HRÁEFNI:

- 500 ml þungur rjómi
- 10 g gelatín
- 70 g svart súkkulaði
- 2 matskeiðar af jógúrt
- 3 matskeiðar af sykri
- klípa af salti

LEIÐBEININGAR:

a) Leggið matarlím í bleyti í litlu magni af rjóma.

b) Hellið afganginum af rjómanum í lítinn pott. Látið suðuna koma upp í sykri og jógúrt, hrærið af og til, en ekki sjóða. Takið pönnuna af hitanum.

c) Hrærið súkkulaðinu og gelatíninu saman við þar til þau eru alveg uppleyst.

d) Fylltu formin af deigi og kældu í 2-3 klukkustundir.

e) Til að losa panna cotta úr forminu skaltu keyra hana undir heitu vatni í nokkrar sekúndur áður en eftirrétturinn er fjarlægður.

2. Panna Cotta

Gerir: 6

HRÁEFNI:

- ⅓ bolli mjólk
- 1 pakki óbragðbætt gelatín
- 2 ½ bollar þungur rjómi
- ¼ bolli sykur
- ¾ bolli sneið jarðarber
- 3 matskeiðar púðursykur
- 3 matskeiðar brandy

LEIÐBEININGAR:

a) Hrærið mjólk og matarlím saman þar til gelatínið er alveg uppleyst. Fjarlægðu úr jöfnunni.

b) Í litlum potti, hitið þungan rjóma og sykurinn að suðu.

c) Bætið matarlímsblöndunni út í þungan rjómann og þeytið í 1 mínútu.

d) Skiptið blöndunni á 5 ramekins.

e) Setjið plastfilmu yfir ramekins. Eftir það skaltu kæla í 6 klukkustundir.

f) Í blöndunarskál, blandaðu saman jarðarberjum, púðursykri og brandy; kælið í að minnsta kosti 1 klst.

g) Settu jarðarberin ofan á panna cotta.

3. Ostur Galette með Salami

Gerir: 5 skammta

HRÁEFNI:

- 130 g smjör
- 300 g hveiti
- 1 tsk salt
- 1 egg
- 80 ml mjólk
- ½ tsk edik
- Fylling:
- 1 tómatur
- 1 sæt paprika
- kúrbít
- salami
- mozzarella
- 1 matskeið ólífuolía
- jurtir (eins og timjan, basil, spínat)

LEIÐBEININGAR:

a) Smjörið í teninga.
b) Blandið saman olíu, hveiti og salti í skál eða pönnu og saxið með hníf.
c) Hellið eggi, smá ediki og smá mjólk út í.
d) Byrjaðu að hnoða deigið. Geymið í kæli í hálftíma eftir að hafa rúllað henni í kúlu og pakkað inn í plastfilmu.
Skerið alla fyllinguna niðurhráefni.
e) Setjið fyllinguna í miðjuna á stórum hring af deigi sem búið er að rúlla út á bökunarpappír (nema Mozzarella).
f) Stráið ólífuolíu yfir og kryddið með salti og pipar.
g) Lyftið síðan brúnum deigsins varlega, vefjið þeim utan um hlutana sem skarast og þrýstið þeim létt inn.
h) Hitið ofninn í 200°C og bakið í 35 mínútur. Bætið mozzarellanum út í tíu mínútum fyrir lok bökunartímans og haltu áfram að baka.
i) Berið fram strax!

4. Tiramisú

Gerir: 6

HRÁEFNI:

- 4 eggjarauður
- ¼ bolli hvítur sykur
- 1 matskeið vanilluþykkni
- ½ bolli þeyttur rjómi
- 2 bollar mascarpone ostur
- 30 lady-fingers
- 1 ½ bolli ískalt bruggað kaffi geymt í kæli
- ¾ bolli Frangelico líkjör
- 2 matskeiðar ósykrað kakóduft

LEIÐBEININGAR:

a) Í blöndunarskálinni, þeytið saman eggjarauður, sykur og vanilluþykkni þar til það er rjómakennt.

b) Eftir það er þeyttur rjóminn þeyttur þar til hann verður stífur.

c) Blandið saman mascarpone ostinum og þeyttum rjómanum.

d) Blandið mascarponeinu létt saman í eggjarauður í lítilli hrærivélarskál og látið liggja til hliðar.

e) Blandið áfenginu saman við kalda kaffið.

f) Dýfðu dömufingrum strax í kaffiblönduna. Ef lady-fingurnir verða of blautir eða rakir verða þeir blautir.

g) Leggðu helminginn af lady-fingrum á botninn á 9x13 tommu bökunarformi.

h) Setjið helminginn af fyllingarblöndunni ofan á.

i) Setjið hina lady-fingurna ofan á.

j) Setjið lok yfir fatið. Eftir það skaltu kæla í 1 klukkustund.

k) Rykið með kakódufti.

5. Rjómalöguð Ricotta baka

Gerir: 6

HRÁEFNI:

- 1 bökuskorpa sem keypt er í verslun
- 1 ½ pund ricotta ostur
- ½ bolli mascarpone ostur
- 4 þeytt egg
- ½ bolli hvítur sykur
- 1 matskeið brandy

LEIÐBEININGAR:

a) Forhitið ofninn í 350 gráður Fahrenheit.

Blandið öllum innihaldsefnum fyllingarinnar saman í blöndunarskál.

Hellið svo blöndunni í skorpuna.

b) Hitið ofninn í 350°F og bakið í 45 mínútur.

c) Kælið bökuna í að minnsta kosti 1 klukkustund áður en hún er borin fram.

6. Ítalsk ætiþistlabaka

Gerir: 8 skammta

HRÁEFNI:

- 3 egg; Barinn
- 1 3 oz pakki rjómaostur með graslauk; Mýkt
- ¾ teskeið hvítlauksduft
- ¼ tsk pipar
- 1½ bolli Mozzarella ostur, að hluta undanrennu; Rífað
- 1 bolli Ricotta ostur
- ½ bolli majónes
- 1 14 oz dós þistilhjörtu; Tæmd
- ½ 15 oz dós Garbanzo baunir, niðursoðnar; Skolið og tæmt
- 1 2 ¼ oz dós sneiðar ólífur; Tæmd
- 1 2 Oz Jar Pimientos; Hægelduð og tæmd
- 2 matskeiðar steinselja; Klippt
- 1 kökuskorpa (9 tommur); Óbakað
- 2 litlir tómatar; Sneið

LEIÐBEININGAR:

a) Blandið eggjum, rjómaosti, hvítlauksdufti og pipar saman í stóra blöndunarskál. Blandið saman 1 bolla mozzarella osti, ricotta osti og majónesi í blöndunarskál.

b) Hrærið þar til allt er vel blandað saman.

c) Skerið 2 þistilhjörtu í tvennt og setjið til hliðar. Saxið restina af hjörtunum.

d) Kasta ostablöndunni með söxuðum hjörtum, garbanzo baunum, ólífum, pimientos og steinselju. Fylltu sætabrauðsskelina með blöndunni.

e) Bakið í 30 mínútur við 350 gráður. Afganginum af mozzarellaosti og parmesanosti skal strá ofan á.

f) Bakið í 15 mínútur í viðbót eða þar til stíft.

g) Látið hvíla í 10 mínútur.

h) Yfir toppinn, raðið tómatsneiðum og fjórðungum þistilhjörtu.

i) Berið fram

7. Anisette kökur

Gerir: 36

HRÁEFNI:

- 1 bolli sykur
- 1 bolli smjör
- 3 bollar hveiti
- ½ bolli mjólk
- 2 þeytt egg
- 1 matskeið lyftiduft
- 1 msk möndluþykkni
- 2 tsk anisette líkjör
- 1 bolli sælgætissykur

LEIÐBEININGAR:

a) Forhitið ofninn í 375 gráður á Fahrenheit.

b) Þeytið saman sykur og smjör þar til létt og ljóst.

c) Setjið hveiti, mjólk, egg, lyftiduft og möndluþykkni inn smám saman.

d) Hnoðið deigið þar til það verður klístrað.

e) Búðu til litlar kúlur úr 1 tommu lengd stykki af deigi.

f) Forhitið ofninn í 350°F og smyrjið bökunarplötu. Settu kúlurnar á bökunarplötuna.

g) Hitið ofninn í 350°F og bakið kökurnar í 8 mínútur.

h) Blandið saman anisette líkjörnum, sælgætissykrinum og 2 msk heitu vatni í blöndunarskál.

i) Að lokum skaltu dýfa kökunum í gljáann á meðan þær eru enn heitar.

8. Karamellu flan

Gerir: 4

HRÁEFNI:

- 1 matskeið vanilluþykkni
- 4 egg
- 2 dósir mjólk (1 gufuð og 1 sætt þétt)
- 2 bollar þeyttur rjómi
- 8 matskeiðar sykur

LEIÐBEININGAR:

a) Forhitið ofninn í 350 gráður Fahrenheit.

b) Bræðið sykur á miðlungshita á pönnu þar til hann er gullinn.

c) Hellið fljótandi sykrinum í ofnmót á meðan það er enn heitt.

d) Í blöndunarskál, sprungið og þeytið egg. Blandið saman þéttri mjólk, vanilluþykkni, rjóma og sætri mjólk í blöndunarskál. Búðu til vandlega blöndu.

e) Hellið deiginu í brædda sykurhúðaða bökunarformið. Settu pönnuna í stærri pönnu með 1 tommu af sjóðandi vatni.

f) Bakið í 60 mínútur.

9. Sugar Cookie Mug kaka

Hráefni:

- 2 matskeiðar eggjavara
- 2 matskeiðar smjör, mildað
- ⅓ bolli hveiti
- 3 matskeiðar sykur
- 1 tsk vanillu
- 3 matskeiðar Baileys
- 2 matskeiðar regnbogastrák
- 1 bolli flórsykur
- 2-3 dropar af bleikum eða rauðum matarlit

LEIÐBEININGAR:

a) Í skál, hrærið saman eggjavara, smjöri, hveiti, sykri, vanillu, 2 matskeiðar af Baileys og 1 matskeið af regnbogastriki.

b) Setjið í auka krús.

c) Örbylgjuofn í 60 sekúndur, þurrkaðu af einhverju deiginu sem hefur bólað yfir brúnina, farðu síðan aftur í örbylgjuofninn í 30 sekúndur til viðbótar.

d) Fjarlægðu kökuna og settu hana inn í ísskáp.

e) Á meðan það er að kólna, hrærið saman flórsykri, 1 msk Baileys og matarlit.

f) Dreypið yfir örlítið volga kökuna.

10. Babka með Baileys sósu

Gerir: 1 skammtur

Hráefni:

- ¼ bolli Mjólk
- 1 pakki þurrger
- ¼ bolli Heitt vatn
- ¼ bolli sykur
- ¼ bolli smjörlíki, mildað
- 3 egg
- 2⅓ bolli hveiti, sigtað
- ¼ bolli sælgaðir ávextir, blandaðir
- ¼ bolli dökkar rúsínur

BAILEYS SÓSA:

- ⅓ bolli Vatn
- ½ bolli Sykur
- 2 matskeiðar Baileys

LEIÐBEININGAR:

a) Hitið mjólk í litlum potti þar til hún er heit og kæld niður í volg.
b) Stráið gerinu yfir vatn í stórri skál og hrærið til að það leysist upp.
c) Bætið mjólkinni, ¼ bolla af sykri, mjúku nmargaríninu, eggjum og hveiti saman við.
d) Þeytið með rafmagnsblöndunni á lágum hraða þar til slétt og blandað.
e) Hyljið þörmum með handklæði og látið blönduna lyfta sér á heitum stað þar til það er freyðandi, um eina klukkustund.
f) Smyrjið og hveiti formið. Hrærið sykruðum ávöxtum og rúsínum í deigið.
g) Snúðu í tilbúið mót. Lokið og látið deigið lyfta sér næstum efst á pönnuna í um það bil 1 klukkustund eða svo.
h) Bakið í forhituðum 350 ofni í um 30 til 40 mínútur eða prófað tilbúið og gyllt.

BAILEYS SÓSA:

i) Hitið vatn að suðu og hrærið sykri saman við til að leysast upp.
j) Takið af hitanum og bætið Baileys út í.
k) Strax þegar kakan er tekin úr ofninum skaltu stinga toppinn yfir alla með gaffli og skeið á Baileys sósu.
l) Látið kökuna vera í forminu og kælið á grind í 1 klst.
m) Takið varlega út og berið kökuna fram volga.

11. Karamellu Baileys fondue

Gerir: 12 skammta

Hráefni:

- 7 aura karamellur
- ¼ bolli Miniature marshmallows
- ⅓ bolli Þeyttur rjómi
- 2 tsk Baileys

LEIÐBEININGAR:

a) Blandið karamellum og rjóma saman í pottinn.
b) Lokið og hitið þar til bráðið, 30 til 60 mínútur.
c) Hrærið marshmallows og Baileys saman við.
d) Lokið og haltu áfram að elda í 30 mínútur.
e) Berið fram með eplaköku eða pundsköku.

12. Krydduð ítalsk sveskju-plómukaka

Gerir: 12 skammta

HRÁEFNI:

- 2 bollar ítalska holótt og fjórðung
- Sveskjur-plómur, soðnar þar til
- Mjúkt og kælt
- 1 bolli ósaltað smjör, mildað
- 1¾ bolli kornsykur
- 4 egg
- 3 bollar Sigtað hveiti
- ¼ bolli ósaltað smjör
- ½ pund Púðursykur
- 1½ matskeið ósykrað kakó
- Klípa salt
- 1 tsk kanill
- ½ tsk Malaður negull
- ½ tsk Malaður múskat
- 2 tsk matarsódi
- ½ bolli Mjólk
- 1 bolli Valhnetur, smátt saxaðar
- 2 til 3 matskeiðar sterkar, heitar
- Kaffi
- ¾ tsk Vanilla

LEIÐBEININGAR:

a) Forhitið ofninn í 350°F. Smjör og hveiti á 10 tommu Bundt pönnu.

b) Í stóru blöndunarskálinni, kremið smjörið og sykurinn saman þar til það er létt og ljóst.

c) Þeytið eggin út í eitt í einu.

Blandið saman hveiti, kryddi og matarsóda í sigti. Í þriðja lagi bætið hveitiblöndunni út í smjörblönduna til skiptis við mjólkina. Þeytið aðeins til að sameina innihaldsefnin.

d) Bætið soðnum sveskjuplómunum og valhnetunum út í og hrærið saman. Snúðu í tilbúna pönnu og bakaðu í 1 klukkustund í 350 ° F ofni, eða þar til kakan byrjar að skreppa frá hliðum pönnu.

e) Til að búa til frosting, kremið saman smjörið og sælgætissykurinn. Bætið sykrinum og kakóduftinu smám saman út í og hrærið stöðugt þar til allt hefur blandast saman. Kryddið með salti.

f) Hrærið lítið magn af kaffi út í í einu.

g) Þeytið þar til létt og ljóst, bætið þá vanillu út í og skreytið kökuna.

13. Katalónskt krem

Gerir: 3

HRÁEFNI:

- 4 eggjarauður
- 1 kanill (stafur)
- 1 sítróna (börkur)
- 2 matskeiðar maíssterkju
- 1 bolli sykur
- 2 bollar mjólk
- 3 bollar ferskir ávextir (ber eða fíkjur)

LEIÐBEININGAR:

a) Þeytið saman eggjarauður og stóran hluta af sykrinum á pönnu. Blandið þar til blandan er froðukennd og slétt.

b) Bætið við kanilstönginni með sítrónuberki. Búðu til vandlega blöndu.

c) Blandið maíssterkju og mjólk saman við. Við vægan hita, hrærið þar til blandan þykknar.

d) Takið pottinn úr ofninum. Látið kólna í nokkrar mínútur.

e) Setjið blönduna í ramekin og setjið til hliðar.

f) Setjið til hliðar í að minnsta kosti 3 tíma í kæli.

g) Þegar þú ert tilbúinn til að bera fram skaltu dreypa afganginum af sykrinum yfir ramekinin.

h) Settu ramekins á neðstu hillu ketilsins. Leyfið sykrinum að bráðna þar til hann verður gullinbrúnn.

i) Sem skraut, berið fram með ávöxtum.

14. Möndlusorbet

Gerir: 1 skammt

HRÁEFNI:

- 1 bolli hvítaðar möndlur; ristað
- 2 bollar lindarvatn
- ¾ bolli sykur
- 1 klípa kanill
- 6 matskeiðar Létt maíssíróp
- 2 matskeiðar Amaretto
- 1 tsk sítrónubörkur

LEIÐBEININGAR:

a) Í matvinnsluvél, malið möndlurnar í duft. Blandið saman vatni, sykri, maíssírópi, áfengi, börki og kanil í stórum potti og bætið síðan hnetunum saman við.

b) Við meðalhita, hrærið stöðugt þar til sykurinn leysist upp og blandan sýður. 2 mínútur við suðu

c) Setjið til hliðar til að kólna. Notaðu ísvél og hrærðu blönduna þar til hún er hálffrosin.

d) Ef þú ert ekki með ísvél skaltu flytja blönduna yfir í ryðfría stálskál og frysta þar til hún er hörð, hrært á 2 tíma fresti.

15. Mascarpone ostur Tiramisu

Gerir: 6

HRÁEFNI:

- 4 eggjarauður
- ¼ bolli hvítur sykur
- 1 matskeiðar vanilluþykkni
- ½ bolli þeyttur rjómi
- 2 bollar mascarpone ostur
- 30 lady-fingers
- 1½ bolli ískalt bruggað kaffi geymt í kæli
- ¾ bolli Frangelico líkjör
- 2 matskeiðar ósykrað kakóduft

LEIÐBEININGAR:

a) Í hrærivélarskál, þeytið saman eggjarauður, sykur og vanilluþykkni þar til það er rjómakennt.

b) Eftir það er þeyttur rjóminn þeyttur þar til hann verður stífur.

c) Blandið saman mascarpone ostinum og þeyttum rjómanum.

d) Blandið mascarponeinu létt saman í eggjarauður í lítilli hrærivélarskál og látið liggja til hliðar.

e) Blandið áfenginu saman við kalda kaffið.

f) Dýfðu ladyfingers strax í kaffiblönduna. Ef fingur dömunnar verða of blautir verða þeir blautir.

g) Leggðu helminginn af ladyfingers á botninn á 9x13 tommu bökunarformi.

h) Setjið helminginn af fyllingarblöndunni ofan á.

i) Settu afganginn af ladyfingers ofan á.

j) Setjið lok yfir fatið. Eftir það skaltu kæla í 1 klukkustund.

k) Rykið með kakódufti.

16. Vegan Tiramisù

Gerir: 6 skammta

HRÁEFNI:

- 1 bolli þétt tófú, tæmd og pressuð þurr
- 8 aura ílát af vegan rjómaosti
- 1⁄2 bolli vegan vanilluís, mildaður
- 1 tsk hreint vanilluþykkni
- 1⁄3 bolli auk 1 msk ofurfínn sykur
- 1⁄2 bolli kaffi, kælt niður í stofuhita
- 2 matskeiðar kaffilíkjör
- 1 vegan pund kaka, skorin í 1⁄2 tommu þykkar sneiðar
- 1 matskeið ósykrað kakóduft

LEIÐBEININGAR:

a) Blandið saman tófúinu, rjómaosti, ís, vanillu og 1⁄3 bolla af sykri í matvinnsluvél. Vinnið þar til slétt og vel blandað.

b) Blandið saman kaffinu, 1 matskeið af sykri sem eftir er og kaffilíkjörnum í lítilli skál.

c) Raðið einu lagi af kökusneiðum í 8 tommu fermetra bökunarpönnu og penslið með helmingnum af kaffiblöndunni. Stráið helmingnum af kakóinu yfir. Dreifið helmingnum af tófúblöndunni yfir kökuna. Raðið öðru lagi af kökusneiðum ofan á tófúblönduna. Penslið með afganginum af kaffiblöndunni og smyrjið jafnt með afganginum af tofublöndunni. Stráið afganginum af kakóinu yfir. Kælið 1 klukkustund áður en borið er fram.

17. Butterfly Pea Infused Panna Cotta

Gerir: 4 skammta

HRÁEFNI:

- 1/2 bolli nýmjólk
- 2 bollar þungur rjómi
- 1/4 bolli kornsykur
- 3 blöð gelatín
- 2 msk þurrkuð fiðrildabaunablóm
- 1/2 tsk vanilluþykkni

LEIÐBEININGAR

a) Ef þú ætlar að móta panna cotta á diska skaltu smyrja glösin létt að innan með jurtaolíu og nota pappírshandklæði til að þurrka út mest af olíunni og skilja eftir aðeins léttar leifar. Annars geturðu skilið þau eftir óhúðuð.

b) Leggið matarlímsblaðið í bleyti í köldu vatni þar til það er mjúkt. Setja til hliðar.

c) Hitið mjólk, þungan rjóma og sykur í meðalstórum potti þar til það kraumar, en ekki sjóða.

d) Takið af hitanum.

e) Kreistu gelatín til að fjarlægja umfram vatn og bætið því út á pönnuna, hrærið stöðugt þar til gelatínið er bráðið.

f) Bætið við vanilluþykkni og þurrkuðum fiðrildabaunablómum. Leyfið blöndunni að malla í 15 mínútur eða þar til blandan er orðin blá.

g) Sigtið blönduna í gegnum fínt sigti og hellið jafnt á milli tilbúinna mótanna. Geymið í kæli þar til það er stíft í að minnsta kosti 4 klukkustundir eða yfir nótt.

h) Til að fjarlægja úr forminu skaltu dýfa botninum á formið í pott með heitu vatni í 5 sekúndur til að losa panna cotta. Renndu hníf í kringum brúnina og hvolfdu honum síðan varlega á framreiðsludisk.

i) Best að bera fram kalt.

18. Vanillu Kókos Panna Cotta Með Hibiscus Berjasósu

Gerir: 2 stóra skammta

VANILLU KÓKOS PANNA COTTA:

- 1 pakki kornótt gelatín
- 3/4 bolli kókosmjólk
- 1 bolli kókosrjómi
- 1 bolli þungur rjómi
- 2 matskeiðar flórsykur
- 1/2 tsk vanillubaunamauk

HIBISCUS BERJASÓSA

- 1/2 bolli fersk eða frosin blönduð ber
- 4 þurrkuð hibiscus blóm
- 1/4 matskeiðar flórsykur

LEIÐBEININGAR

VANILLU KÓKOS PANNA COTTA:

a) Undirbúið fjórar 4 aura eða stærri ramekin, mót eða glös með því að smyrja mjög létt með kókosolíu eða jurtaolíu. Þú getur sleppt þessu skrefi ef þú setur ekki panna cotta á mótið. Ég notaði 4 frönsk vínglös sem mót. en þú gætir auðveldlega skilið það eftir í glasinu til framreiðslu.

b) Í litilli skál, stráið matarlíminu yfir 3 matskeiðar af köldu vatni. Blandið saman og látið standa til að mýkjast.

c) Hitið kókosmjólkina og rjómann saman í lítilli potti við meðalhita þar til það byrjar að kúla á brúnunum. Lækkið hitann og bætið mjúku gelatíninu út í, hrærið þar til það er alveg bráðið.

d) Takið pönnuna af hellunni og undirbúið stóra skál með ísvatni. Sigtið kókosgelatínblönduna í aðeins minni skál og setjið skálina í ísvatnið. Skafið skálina varlega með gúmmíspaða og blandið þar til blandan kólnar og fer að þykkna. Ef blandan byrjar að harðna skaltu fjarlægja hana strax.

e) Hellið ísvatninu úr stóru skálinni og þurrkið af. Setjið þunga rjómann í skálina og blandið flórsykrinum saman við þar til hann er uppleystur. Bætið kókosgelatíninu smám saman út í þar til það er alveg blandað. Reyndu að blanda ekki of kröftuglega til að koma í veg fyrir að loftbólur myndist.

f) Hellið blöndunni í undirbúið ramekin, glös eða mót. Setjið í ísskáp í a.m.k. 4 klukkustundir eða þar til stíft.

g) Til að fjarlægja panna cotta þitt skaltu keyra hliðar mótsins undir heitu vatni þar til það byrjar að losna. Notaðu fingurinn til að draga panna cotta varlega frá brúninni. Hvolfið síðan yfir á borðið þitt.

HIBISCUS BERJASÓSA:

h) Í lítilli potti yfir miðlungs háum hita, blandaðu saman 1 bolla af vatni með flórsykri. Látið suðuna koma upp og látið sjóða í 1 mínútu. Takið af hellunni og bætið hibiscusblómunum út í. Setjið til hliðar og látið malla í 30 mínútur.

i) Fjarlægðu hibiscus blóm úr sírópinu og fargaðu eða geymdu til skreytingar. Bætið berjunum á pönnuna og setjið aftur á helluna og hitið í meðalhita.

j) Látið suðuna koma upp og eldið þar til það þykknar aðeins. ef þú notar frosin ber, reyndu að hræra ekki of mikið, brjótið berin upp eða geymið 1/4 af berjunum til að bæta við eftir að sósan byrjar að þykkna.

k) Kælið sósuna í kæli og kælið í að minnsta kosti 2 klukkustundir áður en hún er borin fram.

19. Bláberja- og lilacsíróp Panna Cotta

Gerir: 2 Panna Cotta

HRÁEFNI:

FYRIR LÍLAKSÍRÓPINN

- 1 bolli af lilac blómum
- 240 g hvítur sykur
- 250 ml vatn

FYRIR PANNA COTTA

- 3 grömm af gelatínplötu
- 200 ml rjómi af fullum rjóma
- 80 gr bláber
- 30 gr lilac síróp
- 40 grömm hvítur sykur

FYRIR BLÁBERJA COULIS

- 100 grömm fersk bláber
- 30 grömm af hvítum sykri
- 10 ml sítrónusafi

FYRIR HVÍTA SÚKKULAÐI GANACHE

- 60 grömm fullur rjómi
- 100 gr hvítt súkkulaði

FYRIR málun

- 5-8 bláber á disk
- Lítil handfylli af lilac blómum

FYRIR LÍLAKSÍRÓPINN

a) Fjarlægðu einstaka lilac blómin úr stilknum. Vertu viss um að taka aðeins fjólubláu blómin, fargaðu öllum brúnum blómum og grænum stilkum. Þvoið lilac blóm.

b) Setjið blóm, sykur og vatn í pott. Látið suðuna koma upp á meðalhita og haltu áfram að malla í 10 mín. Takið af hitanum og sigtið í gegnum vírsíu. Notaðu bakhlið málmskeiðar til að ýta eins miklum lit og bragði úr blómunum og mögulegt er.

c) Látið sírópið kólna niður í stofuhita og geymið síðan í kæli. Hægt að gera með viku fyrirvara.

FYRIR PANNA COTTA

d) Setjið gelatínplötur í nógu kalt vatn til að hylja blöðin. Ef þú hefur ekki notað þær áður, ekki hafa áhyggjur af því að gelatínblöðin leysist upp, þau haldast saman sem lak í köldu vatninu en verða floppy.

e) Setjið rjóma, bláber, lilac síróp og sykur í pott. Látið suðuna næstum koma upp á meðalhita. Þegar þú byrjar að sjá loftbólur fjarlægðu af hitanum og blandaðu með stavblanda þar til slétt. Settu aftur miðlungshita og láttu suðuna koma upp. Takið af hitanum.

f) Taktu gelatínblöð úr vatni og hristu umfram vatn af. Bætið við heitan rjómann og hrærið varlega þar til hann er uppleystur og vel innifalinn.

g) Sigtið panna cotta blönduna í gegnum vírsíu. Hellið í mót og kælið niður í stofuhita án loks. Þetta mun taka að minnsta kosti klukkutíma. Einu sinni við stofuhita, hyljið og setjið í ísskáp yfir nótt. Hægt að gera með nokkra daga fyrirvara.

FYRIR BLÁBERJA COULIS

h) Gerðu bláberjacoulis á framreiðsludegi. Bætið bláberjum, sykri og sítrónusafa í pott og blandið saman með stavblöndunartæki þar til það er slétt. Látið suðuna koma upp við meðalhita og látið malla þar til coulis hefur þykknað. Svipað og samkvæmni hefðbundinnar sultu en ekki þurr.

i) Setjið til hliðar og látið kólna niður í stofuhita.

FYRIR GANACHE

j) Saxið súkkulaðið í litla bita eða spæna og setjið í hreina skál. Setja til hliðar.

k) Setjið rjóma í lítinn pott. Við meðalhita, látið sjóða. Ekki taka augun af því. Rjómi á það til að sjóða mjög fljótt upp úr. Takið af hitanum og þeytið því út í hvíta súkkulaðið. Haltu áfram að þeyta þar til súkkulaðið er alveg uppleyst og þú hefur sléttan ganache. Hellið í lítið hellaílát. Einstök skip á hvern gest eru hugsi en ef þau eru í sameiginlegu skipi getur baráttan um ganache sem eftir er gert hlutina skemmtilega.

l) Hvað varðar tímasetningu meðan á borðhaldi stendur, gerðu ganache eins nálægt framreiðslu og hægt er. Ég set pottinn með rjómanum inn í ísskáp og læt raksúkkulaðið eftir í skálinni við stofuhita tilbúið og bíða. Þegar aðalrétturinn er búinn, geri ég ganachið fljótt og helli því í framreiðslukerið. Svo plata ég panna cotta.

ÚTLÖÐUN

m) Gakktu úr skugga um að áhöldin þín, diskarnir og allt hráefnið sé kólnað niður í stofuhita. Með því að setja eitthvað heitt á eða undir panna cotta bráðnar það. Þvoðu fersku lilac blómin og bláberin og leggðu þau á handklæði til að þorna.

n) Taktu beittan hníf til að fjarlægja panna cotta úr formunum. Haldið panna cotta á hliðinni og setjið hnífsoddinn á milli innra hluta mótsins og panna cottasins. Ýttu hnífnum hægt inn og gætið þess að stinga ekki í panna cotta. Þyngd panna cotta mun byrja að draga það frá brúnum mótsins, láttu þyngdaraflið hjálpa þér. Þegar það byrjar að flagna skaltu byrja að rúlla formið smám saman þar til það losnar alveg frá brúnunum. Haltu áfram að halda mótinu á hliðinni.

o) Settu plötuna við opið á forminu á meðan hún er enn á hliðinni, nákvæmlega þar sem þú vilt að panna cotta sé á plötunni, snúðu síðan mótinu á hvolf með plötunni undir. Rétt eins og þú myndir verða hlaup. Ef þú átt í vandræðum með að ná þeim út geturðu dýft botninum á forminu fljótt í mjög heitt vatn, passaðu þig á að hleypa ekki vatni inn í panna cotta.

p) Notaðu litla skeið til að setja smá af coulis ofan á hverja panna cotta. Notaðu bakhlið skeiðarinnar og dreifðu coulisinu varlega út á brún panna cotta.

q) Skreytið hvern disk með bláberjum og blómum. Ég sneið oft neðsta þriðjunginn af einu af bláberjunum þannig að það lítur út fyrir að vera á kafi ofan í panna cotta.

r) Ekki gleyma að setja ganache á borðið!

20. Honey Chamomile Panna Cotta

Gerir: 4 skammta

HRÁEFNI:

- 1/2 bolli nýmjólk
- 2 bollar þungur rjómi
- 1/4 bolli kornsykur
- 3 blöð gelatín
- 1/2 tsk vanilluþykkni
- 1 bolli þurrkuð kamilleblóm
- hunang, til áleggs

LEIÐBEININGAR

a) Ef þú ætlar að móta panna cotta á diska skaltu smyrja glösin létt að innan með jurtaolíu og nota pappírshandklæði til að þurrka út mest af olíunni og skilja eftir aðeins léttar leifar. Annars geturðu skilið þau eftir óhúðuð.

b) Leggið matarlímsblaðið í bleyti í köldu vatni þar til það er mjúkt. Setja til hliðar.

c) Hitið mjólk, þungan rjóma og sykur í meðalstórum potti þar til kraumar.

d) Takið af hitanum.

e) Kreistu gelatín til að fjarlægja umfram vatn og bætið því út á pönnuna, hrærið stöðugt þar til gelatínið er bráðið.

f) Bætið við vanilluþykkni og þurrkuðum kamillublómum. Leyfið blöndunni að malla í 10-15 mínútur.

g) Sigtið blönduna í gegnum fínt sigti og hellið jafnt á milli tilbúinna mótanna. Geymið í kæli þar til það er stíft í að minnsta kosti 4 klukkustundir eða yfir nótt.

h) Til að fjarlægja úr forminu skaltu dýfa botninum á formið í pott með heitu vatni í 5 sekúndur til að losa panna cotta. Renndu hníf í kringum brúnina og hvolfdu honum síðan varlega á framreiðsludisk.

21. Rósajógúrt panna cotta

Gerir: 2 skammta

HRÁEFNI:

- 1/2 bolli ferskur rjómi
- 1/2 bolli jógúrt
- 1 msk sykur
- 3 msk rósasíróp
- 1/4 tsk rósalitur
- 1,5 tsk agar agar
- 1 msk vatn
- Fáir dropar Rose Essence
- Pistasíuhnetur

LEIÐBEININGAR:

a) Blandið saman jógúrt, 1 msk rjóma, rósasírópi og rósakjarna í stóra skál, þeytið þar til það er vel blandað og slétt.

b) Í lítilli skál þeytið Agar duftið í heitt vatn þar til það hefur blandast saman.

c) Hitið afganginn af rjóma og sykri á lítilli pönnu eða potti yfir lágum til meðalhita, hrærið oft. Þegar sykurinn er uppleystur er agarduftblöndunni bætt út í og haldið áfram að hræra þar til blandan er orðin heit og kraumar en ekki sjóðandi. Það mun taka um 1-2 mínútur. Passaðu að sjóða ekki þessa blöndu.

d) Hellið nú þessari blöndu í jógúrtblönduna og þeytið þar til hún hefur blandast vel saman. Þú þarft að gera þetta hraðar þar sem agar byrjar að harðna.

e) Skiptið þessari Panna cotta blöndu í smurðar eða sílikonskálar og kælið í kæli þar til hún hefur stífnað eða að minnsta kosti í 4 klukkustundir.

f) Mótaðu Rósajógúrt Panna Cotta úr ramekinunum og berið fram með söxuðum pistasíuhnetum ofan á.

22. Gulab Panna Cotta

HRÁEFNI:

- 2 bollar ferskur rjómi
- 1/4 bolli rósasíróp
- 2 1/2 tsk agar agar gelatín
- 1/4 bolli flórsykur
- eins og krafist er Falooda til framreiðslu
- Eftir þörfum Sætt rósakrem til skrauts
- eftir þörfum Litlir hlaupkubbur til að skreyta
- 8-10 fersk rósablöð
- 1/2 bolli sykur
- 1/2 tsk fljótandi glúkósa

LEIÐBEININGAR:

a) Taktu matskeið af vatni í skál. Bætið gelatíni út í og setjið til hliðar til að blómgast. Hitið rjóma á pönnu sem ekki er stafur og látið suðuna koma upp. Bætið flórsykri út í og blandið vel saman. Hitið blómstrandi gelatínið í örbylgjuofni í 30 sekúndur og bætið við rjómann, blandið vel saman og eldið þar til gelatínið leysist alveg upp.

b) Sigtið blönduna í aðra skál bætið við rósasírópi og þeytið vel. Hellið blöndunni í ofnform úr gleri. Geymið í kæli í 2-3 klukkustundir eða þar til það er stíft.

c) Til að gera rósa stökka skaltu hita pönnu sem ekki festist við bætið við sykri og litlu vatni og látið sykurinn bráðna, saxið rósablöðin gróft.Bætið fljótandi glúkósa á pönnuna og blandið vel saman.Bætið söxuðum rósablöðum út í og blandið.Hellið blöndunni á sílikon mottu, dreifðu og kældu það þar til það harðnar.

d) Skerið pannacotta í hringlaga með því að nota meðalstórt kökuform og mót.

e) Setjið pannacotta-kúlurnar á grunnan framreiðsludisk og setjið brothætta bita á hliðarnar, geymið nokkra til að skreyta. Setjið smá falooda á aðra hliðina á pannacotta, skreytið með nokkrum brothættum bitum og dreypið smá rósasírópi ofan á.G skreytið sæta rós rjómi, rósahlaup, litrík ætblóm, blómblöð og berið fram strax.

23. Ginger Rose panna-cotta

Gerir: 4 skammta

HRÁEFNI:

- 1 bolli Mjólk
- 1/2 bolli Rjómi
- 1/4 bolli sykur eða eftir smekk
- 1/4 bolli Ginge rhakkað
- 1 tsk Rose Essence
- Sítrónubörkur fáir
- 10 g agar agar

LEIÐBEININGAR:

a) Leggið agar agar í bleyti í vatni í 15-20 mín.

b) Takið mjólk í pott, bætið rjóma, sykri út í, blandið saman og sjóðið í suðu.

c) Bætið engifer og sítrónuberki út í, sjóðið í nokkrar mínútur.

d) Lokaðu og slökktu á. Látið það hvíla í 20 mín.

e) Sigtið nú blönduna.

f) Setjið aftur í pottinn og eldið í suðu.

g) Á meðan setjið bleyti agar agar með vatni á pönnu og látið malla þar til agar agar bráðnar. Bætið þessu við ofangreinda blöndu.

h) Eldið þar til allt blandist vel. Slökkvið á og bætið rósaþykkni út í. Blandið saman. Kælið aðeins.

i) Taktu hvaða mót sem er og helltu panna cotta blöndunni rólega.

j) Geymið í kæli þar til hefur setið.

k) Afformið og berið fram með hvaða sósu eða sírópi sem er. Hér bar ég fram með jarðarberjasósu.

24. Mini Tiramisu smámunir

Gerir: 6 skammta

HRÁEFNI:

FYRIR MASCARPONE-FYLLINGINU

- 20 oz mascarpone ostur
- 3 matskeiðar sykur
- 1 bolli þungur þeyttur rjómi, kaldur
- ½ bolli flórsykur
- 1 tsk vanilluþykkni

FYRIR ESPRESSO-VITTA LADYFINGERS

- ¾ bolli heitt vatn
- 3 matskeiðar instant espresso duft
- 3 matskeiðar sykur
- 36 mjúkar dömufingur

FYRIR KAHLUA ÞEYTURINN

- ½ bolli þungur þeyttur rjómi
- ¼ bolli flórsykur
- 2 matskeiðar Kahlua

LEIÐBEININGAR:

a) Blandið saman mascarpone osti og sykri þar til það hefur blandast saman. Ekki blanda of mikið því þá getur mascarpone osturinn þynnst út. Setja til hliðar.

b) Í annarri skál, bætið þungum þeyttum rjóma, flórsykri og vanilluþykkni út í og þeytið þar til stífir toppar myndast.

c) Blandið þeyttum rjómanum varlega saman við mascarpone ostablönduna. Setja til hliðar.

d) Blandið heitu vatni, espressódufti og sykri saman í aðra skál.

e) Til að setja smáatriðin í lag, dýfðu ladyfingers í espressóblönduna einni í einu og settu þær í botninn á triflebollanum. Notaðu tvo til þrjá dömufingur og brjóttu þá í bita eftir þörfum svo þeir passi í bollann og búðu tIl fullt lag.

f) Pípa eða skeið lag af mascarpone fyllingu ofan á ladyfingers.

g) Endurtaktu annað lag af ladyfingers og mascarpone fyllingu.

h) Eftir að hafa klárað smáatriðin skaltu búa til þeytta rjómann.

i) Bætið þungum þeyttum rjómanum, flórsykrinum og Kahlua í stóra hrærivélaskál og þeytið þar til stífir toppar myndast.

j) Stráið snæri af þeyttum rjóma ofan á hverja smárétt, stráið síðan kakódufti yfir ef vill.

k) Geymið smámuni í kæli þar til þær eru tilbúnar til framreiðslu.

25. Tiramisú ís

Gerir: 8

HRÁEFNI:

- 2 ½ bollar rjómi
- 2 bollar nýmjólk
- 1 vanillustöng, helminguð eftir endilöngu með fræjum skafin út
- 8 stórar eggjarauður
- ¾ bolli sykur
- ¼ teskeið salt
- 20 ladyfingers, auk fleiri til framreiðslu
- ¼ bolli sterkt kaffi kælt
- ¼ bolli amaretto áfengi
- ½ bolli góð gæða fudge sósa

LEIÐBEININGAR:

a) Blandið rjóma, mjólk, vanillustöngum og fræbelg saman í pott og hitið við meðalhita þar til það er heitt en ekki sjóðandi.

b) Takið af hitanum og látið kólna, í um það bil 30 mínútur.

c) Blandið saman eggjarauðum, sykri og salti í stórri skál og þeytið þar til blandan hefur þrefaldast að stærð og er orðin þykk og rjómalöguð.

d) Minnkaðu hraða hrærivélarinnar í miðlungs-lágan og helltu mjólkurblöndunni hægt út í.

e) Færið blönduna aftur í pottinn og eldið við meðalhita, hrærið stöðugt í, þar til hún er nógu þykk til að hjúpa bakhlið skeiðar.

f) Sigtið blönduna í gegnum sigti í skál sem er sett í ísvatnsbað.

g) Hellið blöndunni í gegnum sigti í skál sem er sett í ísvatnsbað.

h) Kældu í ísskáp í að minnsta kosti eina klukkustund.

i) Frystið í ísvél.

j) Á meðan blandan er að frysta, undirbúið ladyfingers. Blandaðu saman jöfnum hlutum amaretto og sterku kaffi og dýfðu ladyfingers fljótt í blönduna svo ladyfingers séu í bleyti í gegn en haldi stökki.

k) Áður en þú færð skálina í frystinn eða borðar skaltu blanda saman fudge sósu og bleytum ladyfingers.

l) Kældu í frysti þar til það er stíft.

m) Til að bera fram skaltu setja nokkra ladyfingers í skál, dreypa með kaffi og amaretto blöndu og toppa með tiramisu ís.

26. Tiramisú tertur

Gerir: 6 skammta

HRÁEFNI:

FYRIR SKORPAN:

- 4 tsk púðursykur
- 2 tsk kakóduft með hollensku ferli
- 2 matskeiðar alhliða hveiti
- ½ tsk maíssterkju
- ¼ tsk instant espresso duft
- Klípa af salti
- 1 ½ msk kalt ósaltað smjör, skorið í litla teninga
- Skvetta af vanilluþykkni

FYRIR FYLLINGU:

- 3 oz mascarpone ostur, við stofuhita
- 2 matskeiðar sykur
- 1 ½ msk marsala
- Skvetta af vanilluþykkni

TIL skreytinga:

- Lítil bar af hálfsætu eða beiskjusúkkulaði, eða kakódufti að hollensku ferli

LEIÐBEININGAR:

a) Setjið flórsykurinn, kakóduftið, alhliða hveiti, maíssterkju, espressóduft og salt í litla matvinnsluvél. Púlsaðu nokkrum sinnum til að sameina.

b) Bætið köldum teningum af smjöri og vanillu saman við og hrærið þar til litlar mola myndast.

c) Skiptu fyllingunni á milli tveggja 3 ½ tommu tartlettforma og notaðu bakhliðina á ávölri matskeið til að þrýsta molunum á botninn og upp á hliðarnar. Setjið í frysti í að minnsta kosti 15 mínútur.

d) Hitið ofninn í 325 gráður.

e) Settu tartlettuformin á ofnplötu og bakaðu í 8 til 10 mínútur. Sett á vírgrind til að kólna alveg.

f) Í lítilli skál, þeytið saman rjómaost, sykur, marsala og vanillu þar til það er slétt.

g) Skiptið fyllingunni á milli tveggja kældu skorpanna.

h) Til að skreyta, rífið smá hálfsætt eða beiskt súkkulaði, eða sigtið smá kakó úr hollensku vinnslu yfir hverja tartlettu.

27. Hvítt súkkulaði Tiramisu Pudding bollar

Gerir: 6 skammta

HRÁEFNI:

- 10 ítalskir dömufingrar
- ½ bolli bruggað kaffi, kælt, skipt
- 4 aura mascarpone ostur, mildaður
- 1 ½ bolli mjólk
- 3,9 únsa pakki af hvítsúkkulaði vanillubauna Instant Pudding Mix
- 8 aura ílát af þeyttu áleggi, skipt
- hvítt súkkulaðispænir, valfrjálst

LEIÐBEININGAR:

a) Setjið Lady Fingers í plastpoka með rennilás og myljið þá með hamri eða kökukefli þar til það myndast grófir molar.

b) Skiptið molunum jafnt á milli 6 lítilla rétta. Notaðu teskeið til að strá dömufingurmola yfir ¼ bolla af kaffi. Þú munt nota um það bil 2 teskeiðar af kaffi í hverjum skammti.

c) Setjið mascarpone ostinn, mjólkina, ¼ bolla kaffi og búðinginn í blandara og blandið á meðalhraða þar til það er slétt, um það bil 30 sekúndur.

d) Notaðu gúmmíspaða til að flytja búðingsblönduna yfir í stóra skál. Brjótið ½ af þeyttu álegginu saman við.

e) Skeið eða pípið fyllinguna jafnt á milli 6 réttanna. Lokið og kælið í 4 klukkustundir, eða yfir nótt.

f) Áður en borið er fram skaltu setja afganginn af þeyttum rjóma og hvítum súkkulaðispænum ofan á.

28. Sítrónu Tiramisu

Gerir: 8-10

HRÁEFNI:

- 2 sítrónur, safi og börkur af
- 4 matskeiðar brennivín eða 4 matskeiðar hvítt romm
- 4 aura flórsykur, skipt
- 9 aura pakki af svampkökufingrum
- Tvö 9 aura ílát af mascarpone osti
- 4 -5 matskeiðar sítrónuost
- 2 stór egg, aðskilin
- 150 ml rjómi
- 1 sítróna, börkur, fínt rifinn í bland við smá demerara sykur

LEIÐBEININGAR:

a) Blandið sítrónusafanum, brandy og 2 oz af sykri saman í grunnri skál.

b) Setjið til hliðar svo sykurinn hafi tíma til að leysast upp.

c) Vertu tilbúinn 9-tommu vorform pönnu; klæðið botninn með smjörpappír.

d) Í mjög hreinni skál, þeytið eggjahvíturnar með hreinum þeytara þar til þær mynda mjúka toppa, byrjaðu rólega, smám saman á meiri hraða.

e) Þeytið líka rjómann þannig að hann verði mjúkur.

f) Þeytið saman afganginn af sykri, mascarpone, sítrónuost, eggjarauður og sítrónubörk.

g) Síðan er rjómanum blandað saman við mascarponeblönduna og síðan eggjahvíturnar með málmskeið.

h) Hrærið sítrónu/brandy blönduna og dýfið fingrunum ofan í, klæðið botninn á fatinu með þeim og stráið smá aukavökva yfir kexið, yfirleitt er nóg.

i) Setjið helminginn af mascarponeblöndunni yfir kexið, dýfið fingrunum sem eftir eru og raðið ofan á, stráið aftur brandy sítrónusafa yfir ef þið eigið eftir og síðan afganginum af mascarponeinu.

j) Jafnaðu toppinn með pallettuhníf, hyldu og láttu standa í ísskáp yfir nótt.

k) Til að bera fram, ef notað er, stráið sítrónu/sykriblöndunni yfir, takið úr forminu, setjið á disk og skerið í sneiðar.

29. Grasker krydd Tiramisu baka

Gerir: Ein 9 tommu böku

HRÁEFNI:

- 1 ½ bolli þungur rjómi
- 2 stór egg, aðskilin
- ⅓ bolli auk 1 msk sykur
- 1 bolli mascarpone, við stofuhita
- ½ bolli niðursoðið graskersmauk
- 1 ½ tsk graskersbökukrydd
- 1 ½ bolli bruggaður espresso, við stofuhita
- 5,3 aura pakki af dömufingrum
- Bitursætt eða hálfsætt súkkulaði, til raksturs

LEIÐBEININGAR:

a) Þeytið rjómann á meðalháum hraða í skál hrærivélar með þeytara þar til stífir toppar myndast; færið í litla skál og kælið.

b) Þeytið eggjahvíturnar á miklum hraða þar til mjúkir toppar myndast í hreinsuðu skálinni á hrærivélinni með hreinsaðri þeytarafestingunni. Bætið 1 matskeið af sykri og þeytið þar til stífir toppar myndast; flytja í litla skál.

c) Í hreinsuðu skálinni á hrærivélinni með hreinsaðri þeytarafestingunni, þeytið saman eggjarauður og ⅓ bolla sykur sem eftir er á miklum hraða þar til það er þykkt og fölgult. Blandið mascarponeinu, graskersmaukinu, graskersbökukryddinu og þriðjungi af þeyttum rjómanum varlega saman við eggjarauðublönduna. Blandið þeyttu eggjahvítunum varlega saman við og kælið.

d) Setjið espressóið á grunna disk. Dýfðu báðum hliðum ladyfingers í espressóinn og raðaðu þeim í 9 tommu tertuform til að fóðra botninn alveg. Toppið með helmingnum af graskerblöndunni, fleiri espressó-dýfðum ladyfingers og graskersblöndunni sem eftir er. Toppið bökuna með afganginum af þeyttum rjómanum og súkkulaðispænunum. Geymið í kæli í 8 klukkustundir eða allt að yfir nótt, þar til tilbúið til framreiðslu.

30. Tiramisu Whoopie Pies

Gerir: 6 skammta

HRÁEFNI:

KÖKUR:

- 2 bollar möndlumjöl
- 3 matskeiðar óbragðbætt mysuprótein
- ½ bolli Monk Fruit Korna sætuefni
- 2 tsk lyftiduft
- ½ tsk matarsódi
- ½ tsk salt
- ½ bolli smjör skorið í litla teninga
- ½ bolli lágkolvetnasykuruppbót eða ½ bolli af uppáhalds lágkolvetna sætuefninu þínu
- 2 stór egg
- 1 tsk vanilluþykkni
- ½ bolli feitur sýrður rjómi
- kakóduft til að rykhreinsa

FYLLING:

- ¼ bolli kalt espressókaffi eða sterkt kaffi
- 1 matskeið dökkt romm
- 8 aura mascarpone ostur
- 2 matskeiðar lágkolvetnasykur varamaður
- klípa af salti
- ½ bolli þungur rjómi
- 2 tsk vanilluþykkni
- 2 tsk dökkt romm valfrjálst eða undir með áfengi að eigin vali

LEIÐBEININGAR:

a) Forhitið ofninn í 350 °F. Sprayaðu whoopie tertupönnuna með non-stick úða.

b) Blandið saman möndlumjöli, próteindufti, púðursykri sætuefni, lyftidufti, matarsóda og salti í skál. Setja til hliðar.

c) Þeytið smjör og sykur með hrærivél á miðlungs-háum hraða, þar til rjómakennt; um 2 mínútur.

d) Bætið eggjum og 1 tsk vanillu saman við, þeytið þar til það er blandað saman. Skafið niður hliðarnar á skálinni. Bætið sýrðum rjóma út í, þurrkið síðan blönduna.

e) Notaðu litla teskeið til að ausa deiginu í hvert whoopie pie form, fylltu um ⅔ af plássinu. Setjið smá kakóduft í litla sigti og stráið smá af kakóduftinu ofan á hverja deigsskeið.

f) Bakið þar til brúnirnar eru gullnar, um 10-12 mínútur.

g) Kældu á grind í um það bil 10 mínútur, fjarlægðu síðan kökur af pönnunni og láttu kólna.

h) Þegar það hefur kólnað skaltu snúa kökunum á hvolf á grindinni.

i) Blandið saman espressó og 3 msk dökku rommi í lítilli skál. Dreifið um ¼ teskeið af espressóvökvanum á botnhlið hverrar köku.

j) Þeytið mascarpone ost, lágkolvetnasykuruppbót, salt, rjóma vanillu og 1 t dökkt romm með hrærivél þar til það er slétt. Helltu smá af mascarpone ostablöndunum á súkkulaðihelminginn af smákökunum. Setjið hinn helminginn af kökunum ofan á.

k) Berið fram strax eða setjið í kæli.

31. Amaretto Cannoli

Gerir: 6 skammta

HRÁEFNI:

- 2¾ bolli alhliða hveiti; sigtað
- 2 matskeiðar Sykur
- ¼ bolli smjör
- 1 egg; barinn
- ⅔ bolli Marsala vín; eða sherry eða sætvín
- 1 Eggjahvíta
- Olía; til steikingar
- 1 pund Ricotta ostur
- 2 bollar sælgætissykur; sigtað
- ⅓ bolli sælgaðir ávextir; saxað fínt (blandað saman við sykurkirsuber)
- 2 aura Bittersweet súkkulaðiflögur
- 2 matskeiðar Amaretto; eða Maraschino líkjör

LEIÐBEININGAR:

a) Blandið saman hveiti og sykri og skerið smjörið út í. Bætið eggi og víni smám saman út í og mótið blönduna í kúlu. Hnoðið deigið þar til það er slétt, um 5 mínútur.

b) Lokið og látið standa í að minnsta kosti 1 klst.

c) Fylling: Þrýstið ricotta osti í gegnum sigti í blöndunarskál. Bæta við sykri, geymdu 2 matskeiðar. Bætið við sykruðum ávöxtum með kirsuberjum og súkkulaðibitum. Kældu í ísskáp.

d) Á meðan á hveitistráðu yfirborði, rúllaðu deiginu í pappírsþunna hringi um það bil 4 tommur í þvermál. Vefjið utan um cannoli rör (sjá að neðan) sem hafa verið pensuð með ólífuolíu. Penslið eggjahvítu á flipann til að loka.

e) Hitið olíu í 380 F og djúpsteikið deigið. Tæmið á nokkrum lögum af handklæði. Kældu, renndu síðan málmrörunum varlega út. Þegar það er tilbúið til framreiðslu, og ekki fyrr, þar sem deigið verður blautt, skaltu setja fyllinguna í gegnum stærsta stútinn á sætabrauðspoka.

f) Setjið nokkrar súkkulaðibitar í fyllingu á hvorn enda.

g) Stráið afgangnum af konfektsykri yfir og berið fram strax.

32. Cannoli alla siciliana

Gerir: 12 skammta

HRÁEFNI:

SKJAR:

- 2 bollar alhliða hveiti
- 2 matskeiðar stytting
- 1 tsk Sykur
- ¼ tsk Salt
- ¾ bolli Vín, Marsala, Burgundy eða Chablis
- Grænmetisolía

FYLLING:

- 3 bollar Ricotta
- ½ bolli sælgætissykur
- ¼ bolli kanill
- ½ ferningur ósykrað
- Súkkulaði rifið EÐA
- ½ matskeið kakó (bæði valfrjálst)
- ½ tsk Vanilla
- 3 matskeiðar sítrónubörkur, saxaður
- 3 matskeiðar appelsínubörkur, niðursoðinn, saxaður
- 6 kirsuber, skorin í sundur

LEIÐBEININGAR:

a) SKILAR: Blandið saman hveiti, matrétti, sykri og salti og bleytið smám saman með víni, hnoðið saman með fingrum þar til frekar hart deig eða deig myndast. Mótið kúlur, hyljið með klút og látið standa í um það bil 1 klst.

b) Skerið deigið í tvennt og rúllið helmingnum af deiginu í þunnt lak um ¼ tommu þykkt.

c) Skerið í 4 tommu ferninga. Setjið málmrör á ská yfir hvern ferning frá einum punkti til annars, vefjið deigið um rörið með því að skarast tvo punkta og innsiglið skarast með smá eggjahvítu.

d) Á meðan hitið jurtaolíu á stórri djúpri pönnu til að djúpsteikja. Slepptu einu eða tveimur rörum í einu í heita olíu. Steikið varlega þar til deigið er gullbrúnt á litinn.
e) Taktu af pönnunni, láttu kólna og fjarlægðu skelina varlega af málmrörinu.
f) Setjið skeljar til hliðar til að kólna. Endurtaktu aðferðina þar til allar skeljar eru búnar til.
g) FYLLING: Blandið ricotta vandlega saman við sigtað þurrefni. Bætið vanillu og ávaxtaberki saman við. Blandið saman og blandið vel saman. (Bæta má við smá rifnum pistasíu ef vill). Chillin ísskápur áður en skeljar eru fylltar.
h) Fylltu kaldar cannoli skeljar; slétt fylling jafnt í hvorum enda skelarinnar. Skreytið hvern enda með bita af gljákirsuberjum og stráið skeljum yfir konfektsykri. Geymið í kæli þar til tilbúið er til framreiðslu.
i) Þessar eru bestar ef þær eru fylltar rétt áður en fyrirtækið þitt kemur.

33. Cannoli rjóma pizza

Gerir: 1 skammtur

HRÁEFNI:

- Eftirréttur pizzaskeljar
- 1 bolli sælgætissykur
- 6 bollar Ricotta ostur, vel tæmd
- 1¼ bolli sælgaðir ávextir, fínt saxaðir
- 2 tsk vanilluþykkni
- 2 únsur hálfsætar litlar súkkulaðiflögur
- Ósaltaðar pistasíuhnetur, grófsaxaðar
- Ósykrað kakóduft

LEIÐBEININGAR:

a) Í matvinnsluvél eða hrærivélarskál, þeytið sykursykur með ricotta osti þar til slétt og rjómakennt.

b) Blandið saman við sykraða ávextina, vanilluna og súkkulaðibitana. Kældu, þakið, í tvær til þrjár klukkustundir fyrir notkun.

c) Setjið lag af cannoli kreminu yfir bakaða pizzuskelina.

d) Stráið söxuðum pistasíuhnetum yfir ostinn. Dustið létt með kakódufti ef vill.

34. Cannoli baka

Gerir: 1 skammtur

HRÁEFNI:

- 1½ pund Ricotta ostur
- 1½ bolli sælgætissykur
- 3 matskeiðar Þungur rjómi
- 12 Kirsuber, skorin í fernt
- 2 aura Baker's sætt súkkulaði
- 2 aura rifnar möndlur
- 1 Tilbúin súkkulaðiskorpa
- Rifið sætt bakarasúkkulaði

LEIÐBEININGAR:

a) Blandið ricotta osti, sælgætissykri og þungum rjóma saman í stóra blöndunarskál; blandið vel saman þar til slétt og rjómakennt.

b) Bæta við kirsuberjum, 2 aura súkkulaði og möndlum; hrærið til að blandast saman við.

c) Hellið í tilbúna skorpu. Skreytt með því að strá af rifnu súkkulaði ef vill.

d) Hyljið með filmu og frystið 3 tímum áður en það er borið fram. (Ef bakan verður fast, leyfið henni að mýkjast aðeins áður en hún er borin fram.

35. Cannoli fyrir börn

Gerir: 10 skammta

HRÁEFNI:

- 15 aura Ricotta ostur að hluta
- ⅔ bolli sælgætissykur
- ½ tsk Rifinn appelsínubörkur
- ½ tsk vanilluþykkni
- 2 matskeiðar Minature súkkulaðibitar
- 10 sykurísbollur

LEIÐBEININGAR:

a) Í stórri skál með rafmagnshrærivél á lágum, þeytið ricotta ost, sykur, appelsínuberki og vanillu þar til slétt er. Hrærið súkkulaðibitum saman við. Lokið og kælið í 30 mínútur.

b) Til að bera fram, helltu blöndunni beint í ísbollur eða í skreytingarpoka án þjórfé og settu síðan í keilur.

36. Cannoli skeljar og fylling

Gerir: 1 skammtur

HRÁEFNI:

- 1½ bolli hveiti
- ½ tsk lyftiduft
- 1 Eggjahvíta
- ¼ tsk Salt
- 2 matskeiðar Smjör
- 8 aura Ricotta ostur
- ½ bolli þeyttur rjómi
- ¼ bolli Púðursykur
- 1 tsk Vanilla
- ¼ bolli Miniature súkkulaðiflögur

LEIÐBEININGAR:

a) Sigtið hveiti, salt og lyftiduft. Skerið í smjör; hnoða vel. Á hveitistráðu borði skaltu rúlla deiginu í 1/16 tommu þykkt. Skerið í 4 tommu ferninga.

b) Með kökukefli skaltu rúlla ferningum í sporöskjulaga. Vefjið hverri sporöskjulaga utan um Cannoli rör. Lokaðu brúninni með eggjahvítu. Steikið 2 í einu í 350 gráðu olíu í 1 til 2 mínútur. Haltu túpum með chop sticks til að tæma. Kælið í 5 mínútur. Fjarlægðu slöngurnar varlega. Gerir 12 skeljar.

c) Fylling: Blandið saman osti, rjóma, sykri og vanillu í blandara. Brjótið súkkulaðibitum saman við. Fylltu Cannoli skeljar. Dustið með flórsykri. Skreytið með súkkulaðisírópi. Fylltu 12 skeljar.

37. Tiramisú ostakaka

Gerir: 12

HRÁEFNI:

SKORPU:

- 12 aura pakki af dömufingrum
- ¼ bolli ósaltað smjör, brætt
- 2 matskeiðar líkjör með kaffibragði

FYLLING:

- Þrír 8 aura pakkar af rjómaosti mýktir
- 8 aura ílát af mascarpone osti mýkt
- 1 bolli hvítur sykur
- 2 matskeiðar líkjör með kaffibragði
- ¼ bolli alhliða hveiti
- 2 stór egg
- 1 tsk þungur rjómi, eða meira eftir þörfum
- ¼ aura hálfsætt súkkulaði

LEIÐBEININGAR:

a) Forhitaðu ofninn í 350 gráður F.

b) Settu pott af vatni á neðstu ofngrindina.

c) Gerðu skorpuna: Myljið ladyfingers í fína mola. Setjið mola í skál með bræddu smjöri og líkjör með kaffibragði; hrærið þar til það hefur blandast jafnt saman. Þrýstið í botninn á 9 tommu springformi.

d) Gerðu fyllinguna: Þeytið rjómaost, mascarpone ost og sykur í stórri skál með hrærivél þar til það er mjög slétt, 2 til 3 mínútur. Skafið niður hliðarnar á skálinni og blandið kaffilíkjör saman við. Bætið við hveiti og eggjum; blandið á lágum hraða bara þar til það er slétt. Ef deigið virðist of þykkt skaltu blanda þungum rjóma út í. Hellið deigi yfir skorpuna.

e) Bakið á miðri grind forhitaðs ofnsins þar til það er rétt stillt, 40 til 45 mínútur.

f) Opnaðu ofnhurðina, slökktu á hitanum og láttu ostakökuna kólna á miðri grind í 20 mínútur. Takið úr ofninum, setjið yfir á grind og látið kólna alveg í um 30 mínútur í viðbót.

g) Geymið í kæli í að minnsta kosti 3 klukkustundir, eða yfir nótt.

h) Þegar það er tilbúið til framreiðslu, rífið hálfsætt súkkulaði yfir. Renndu oddinum á borðhnífnum um brúnir pönnunnar, losaðu síðan og fjarlægðu hliðarnar. Renndu ostakökunni varlega af pönnubotninum og á framreiðsludisk.

38. Mangomisu

Gerir: 6 skammta

HRÁEFNI:

- 500 g mascarpone ostur
- 600ml þykkt krem
- ⅓ bolli flórsykur
- 2 eggjarauður
- 1 vanillustöng, klofin, fræ skafin
- ½ bolli Grand Marnier
- Safi úr 2 appelsínum
- 300 g dömufingur
- 3 mangó, kjöt skorið 1 cm þykkt
- Hindberjasósa
- ¼ bolli flórsykur
- 250 g fersk hindber eða frosin hindber
- Safi úr 1 sítrónu

LEIÐBEININGAR:

a) Klæðið botninn á 22 cm springformi með plastfilmu eða bökunarpappír. Setjið mascarpone, þykknaða rjóma, flórsykur, eggjarauður og vanillufræ í skál rafmagnshrærivélar og þeytið á miklum hraða þar til þykkt og vel blandað saman.

b) Sameina Grand Marnier og appelsínusafa í sérstakri skál. Dýfið helmingnum af svampfingrum í safablönduna og leggið í botninn á kökuforminu. Smyrjið með þriðjungi af mascarpone blöndunni og toppið með þriðjungi af mangósneiðunum. Endurtaktu ferlið, settu síðan afganginn af mascarpone blöndunni yfir, geymdu afganginn af mangósneiðunum til að bera fram. Lokið kökunni og kælið í 2 klukkustundir eða þar til hún er stíf.

c) Á meðan fyrir hindberjasósuna, setjið sykurinn og 2 msk vatn á litla pönnu yfir meðalhita, hrærið til að leysa upp sykurinn. Kælið aðeins, bætið svo berjunum og sítrónusafanum út í. Þeytið í matvinnsluvél þar til það er slétt og látið síðan í gegnum sigti. Kældu þar til tilbúið til framreiðslu.

d) Til að bera fram skaltu fjarlægja hliðarnar og botninn af kökuforminu varlega og flytja mangómisúið yfir á fat.

e) Skreytið með krullum af fráteknu mangóinu, skerið síðan í sneiðar og berið fram með berjasósu.

39. Matcha Tiramisu

Gerir: 9

HRÁEFNI:

BRUGKAFFI

a) ¾ bolli bruggað kaffi

b) 1 matskeið amaretto valfrjálst

MASCARPONE krem

c) ⅓ bolli þétt mjólk

d) 1 matskeið matcha duft

e) 3 eggjarauður

f) 8 oz mascarpone ostur

g) 2 matskeiðar tilbúið kaffi

h) 1 tsk vanilluþykkni

i) 1 bolli þungur rjómi

TIRAMISU SAMSETNING

j) 40 ladyfingers

k) 1 matskeið matcha duft

LEIÐBEININGAR:

a) Sameina bruggað kaffið þitt með amaretto í skál. Setja til hliðar.

b) Blandið saman þéttu mjólkinni og matcha þar til það er einsleitur grænn litur. Sigtið matcha duftið út í þétta mjólkina.

c) Næst skaltu búa til mascarpone fyllinguna þína. Látið suðuna koma upp nokkrum bollum af vatni í litlum potti.

d) Bætið eggjarauðum og matcha þéttri mjólk í skál. Setjið skálina ofan á sjóðandi vatnið og blandið þar til eggjahræran fær ljósgrænan lit. Takið af hitanum.

e) Bætið mascarpone ostinum, brugguðu kaffinu og vanilluþykkni út í eggjablönduna og blandið þar til það hefur blandast vel saman.

f) Þeytið þungan rjóma þar til hann er stífur. Blandið rjómanum varlega saman við mascarponeblönduna frá skrefi 5. Leggið til hliðar.

g) Nú er kominn tími til að setja saman tiramisu. Dýfðu dömufingi létt í lagað kaffi og settu það í 9×9 bökunarform. Endurtaktu þetta ferli þar til botninn er klæddur með ladyfingers.

h) Skelltu helmingnum af mascarpone kreminu á dömufingrana. Dreifðu því út í jöfnu lagi ofan á dömufingrum. Endurtaktu þetta ferli með öðru lagi af dömufingrum og síðan öðru lagi af mascarponeosti.

i) Sigtið matcha duft ofan á annað lagið af mascarpone kreminu.

j) Hyljið tiramisu og setjið í ísskáp. Látið hefast í ísskáp í 6 tíma eða yfir nótt. Til að fá besta bragðið og áferðina skaltu láta það standa í ísskápnum yfir nótt.

40. Súkkulaði og karamellu mousse tiramisu

Gerir: 12

HRÁEFNI:

h) 400 g dökkt súkkulaði, saxað
i) 400 g mjólkursúkkulaði, saxað
j) 6 egg, aðskilin
k) 1 ½ títanstyrk gelatínlauf, mjúk í köldu vatni í 5 mínútur
l) 900ml þykkt krem
m) 2 tsk vanillubaunamauk
n) ½ bolli flórsykur
o) 1 bolli kaffilíkjör
p) 400 g ladyfinger kex
q) Kakó, til að dusta

KARAMELLUMÚS

r) 800ml þykkt rjómi
s) 2 títanstyrkt gelatínblöð, mjúk í köldu vatni í 5 mínútur
t) 2 x 250 g krukkur af dulce de leche í verslun, þeyttar létt til að losna

LEIÐBEININGAR:

a) Setjið súkkulaði í hitaþolna skál yfir pott með sjóðandi vatni og hrærið þar til það er bráðið og slétt. Kælið örlítið, flytjið síðan yfir í hrærivél með rófafestingunni.
b) Þeytið eggjarauður út í.
c) Setjið 300ml rjóma í lítinn pott við vægan hita og látið suðuna koma upp. Kreistið umfram vatn úr matarlíminu og hrærið út í rjómann þar til það hefur bráðnað og blandað saman. Í 3 lotum, þeytið í súkkulaðiblönduna þar til það er slétt. Flyttu yfir í stóra, hreina skál.
d) Þeytið afganginn af 600 ml rjóma með vanillu til stífa toppa. Slappaðu af.
e) Setjið eggjahvítur í hrærivél með þeytarafestingunni og þeytið að stífum toppum. Bætið við sykri, 1 matskeið í einu, og þeytið þar til hún er uppleyst og blandan er gljáandi.

f) Blandið þeyttum rjóma saman við súkkulaðiblöndu og blandið síðan þeyttum eggjahvítum saman við í 2 lotum. Kældu þar til tilbúið er að setja saman.

g) Fyrir karamellumúsina, setjið 200ml rjóma í lítinn pott við vægan hita og látið suðuna koma upp. Kreistið umfram vatn úr matarlíminu og hrærið út í rjómann þar til það hefur bráðnað og blandað saman. Kælið aðeins. Setjið afganginn af 600 ml rjómanum í hrærivél með þeytarafestingunni og þeytið að mjúkum toppum. Blandið losuðu dulce de leche og gelatínblöndunni saman við þar til það er blandað saman. Kældu í 30 mínútur.

h) Setjið kaffilíkjör í breiða skál. Dýfið helminginn af ladyfinger kexinu í líkjör og raðið þeim í tvöfalt lag í botninn á 6L borðskál. Hellið helmingi af súkkulaðimúsinni yfir. Dýfið afganginum af kexinu í líkjör og raðið þeim í tvöfalt lag ofan á moussen. Toppið með karamellumús, sléttið toppinn með pallettuhníf. Geymið í kæli í 2-3 klst þar til stíft. Setjið afganginn af súkkulaðimúsinni í sprautupoka með 1 cm venjulegum stút og geymið í kæli þar til hún er tilbúin til notkunar.

i) Hrærið afganginn af súkkulaðimúsinni ofan á karamellumúsina. Geymið í kæli í 4-5 klukkustundir eða yfir nótt þar til stíft. Stráið kakó yfir, til að bera fram.

41. Tiramisu pottar de creme

Gerir: 8

HRÁEFNI:

- 2 bollar flórsykur
- 12 eggjarauður
- 2 vanillubaunir, klofnar, fræin skafin
- 1,2L hreinn rjómi, auk ¼ bolla til viðbótar
- 2 matskeiðar skyndikaffikorn
- 50 g ósaltað smjör, saxað
- 4 svampfingurkex, mulið
- 2 matskeiðar Frangelico
- 1 msk fínt saxaðar heslihnetur
- 400g gæða mascarpone
- 1 tsk vanilluþykkni
- Gæða kakóduft, til að ryka

LEIÐBEININGAR:

a) Hitið ofninn í 140°C.

b) Þeytið sykur og eggjarauður í skál þar til fölt.

c) Setjið vanillustöng og fræ í stóran pott ásamt rjómanum og kaffinu og látið suðuna koma upp rétt undir suðu og hrærið svo kaffið leysist upp. Hellið eggjablöndunni rólega yfir, þeytið stöðugt, þar til hún hefur blandast saman.

d) Setjið eggjablönduna aftur á hreinsaða pönnuna og setjið yfir miðlungs lágan hita.

e) Eldið, hrærið stöðugt í, í 6-8 mínútur eða þar til þykknar og eggjablandan hjúpar bakhlið skeiðarinnar. Skiptið á átta ¾ bolla ofnfasta diska og setjið í stóra steikarpönnu. Bætið við nógu miklu sjóðandi vatni til að það komi hálfa leið upp með hliðum pönnunnar.

f) Hyljið pönnu með filmu og setjið varlega inn í ofn. Bakið í 30 mínútur þar til það er aðeins stíft með léttum sveiflu í miðjunni. Kældu niður í stofuhita, kældu síðan í 2 klukkustundir eða þar til það er stíft.

g) Þegar það er tilbúið til að bera fram, bræðið smjör á pönnu í 2-3 mínútur eða þar til hnetubrúnt. Bætið ladyfingers út í og eldið, hrærið í, í 3-4 mínútur eða þar til ristað. Bætið Frangelico og heslihnetum út í og hrærið saman. Flott. Hrærið mascarpone, vanillu og auka rjóma varlega saman í skál.

h) Dúkka mascarpone blanda ofan á krem. Stráið ladyfinger molanum og kakóinu yfir til að bera fram.

42. Tiramisu bollakökur

Gerir: 12-14 bollakökur

HRÁEFNI:

KÚKUR

- 6 matskeiðar saltað smjör, stofuhitt
- ¾ bollar sykur
- 2 tsk vanilluþykkni
- 6 matskeiðar sýrður rjómi
- 3 eggjahvítur
- 1¼ bollar alhliða hveiti
- 2 tsk lyftiduft
- 6 matskeiðar mjólk
- 2 matskeiðar vatn

TIRAMISU FYLLING

- 2 eggjarauður
- 6 matskeiðar sykur
- ½ bolli mascarpone ostur
- ½ bolli þungur þeyttur rjómi
- 2½ matskeiðar heitt vatn
- 1 msk instant espresso kaffi korn
- ¼ bolli Kahlua

LEIÐBEININGAR:

GERÐU KÚLKÖKUNA

a) Hitið ofninn í 350 gráður og undirbúið bollakökuform með bollakökufóðri.

b) Þeytið smjör og sykur þar til það er ljóst á litinn og loftkennt, um 2-3 mínútur.

c) Bætið vanilluþykkni og sýrðum rjóma út í og blandið þar til það hefur blandast vel saman.

d) Bætið eggjahvítum saman við í tveimur lotum, hrærið þar til það hefur blandast vel saman.

e) Blandið þurrefnum saman í aðra skál og blandið síðan mjólk og vatni saman í aðra skál.

f) Bætið helmingnum af þurrefnunum út í deigið og blandið þar til það hefur blandast vel saman. Bætið mjólkurblöndunni saman við og blandið þar til það hefur blandast vel saman. Bætið restinni af þurrefnunum út í og blandið þar til það hefur blandast vel saman.
g) Fylltu bollakökur um það bil hálfa leið. Bakið í 15-17 mínútur, eða þar til tannstöngli sem stungið er í kemur út með nokkrum mola.
h) Takið bollakökur úr ofninum og leyfið þeim að kólna í 2-3 mínútur, takið þær síðan á kæligrind til að klára kælinguna.

GERÐU FYLLINGU OG FYLLU KÚLKÖKUNA

a) Gerðu fyllinguna á meðan bollakökurnar kólna. Blandið saman eggjarauðum og sykri ofan á tvöföldum katli, yfir sjóðandi vatni. Ef þú átt ekki tvöfaldan katla geturðu notað málmblöndunarskál yfir pott með sjóðandi vatni í.
b) Eldið í um 6-8 mínútur, við lágan hita, hrærið stöðugt í, eða þar til blandan er ljós á litinn og sykurinn er uppleystur. Ef blandan fer að verða of þykk og dekkri gul er hún ofelduð.
c) Þegar búið er að þeyta eggjarauður með hrærivél þar til þær þykkna og gulna aðeins.
d) Brjótið mascarpone ostinn í þeyttar eggjarauður.
e) Bætið þungum þeyttum rjóma í aðra hrærivélarskál og þeytið þar til stífir toppar myndast, um 5-7 mínútur.
f) Blandið þeyttum rjóma saman við mascarpone blönduna.
g) Í annarri lítilli skál skaltu sameina heitt vatn, espressó og Kahlua.
h) Þegar bollakökurnar eru orðnar kaldar skaltu skera út miðjuna.
i) Dreypið um 1 matskeið af espressóblöndunni yfir götin á bollakökunum að innan og fyllið síðan í götin með tiramisu fyllingunni.

43. Mini Tiramisu bollar

Gerir: 5

HRÁEFNI:

FYRIR TIRAMISU BIKARINN

- 200 g Ladyfingers í verslun
- 300 g Mascarpone 41% fita, nota það kalt
- 240 g Heavy Cream 36% fita, mjög kalt
- 70 g Púðursykur sigtaður

FYRIR SAMSETNINGU

- 1 bolli kaffi sterkt espresso létt sætt til að bleyta dömufingur í
- Nokkrar matskeiðar af kakódufti Ósykrað hollenskt unnið til að skreyta toppinn
- Ladyfingers til að skreyta

LEIÐBEININGAR:

a) Þeytið mascarpone, þungan rjóma og flórsykur í skál með hjálp rafmagns handþeytara í nokkrar mínútur þar til það er stíft.

b) Bleytið dömufingrum varlega í nýlagað espresso og byrjið að setja þá í bolla, byrjið á kaffiblötuðum ladyfingers og endið með mascarpone kreminu

c) Sléttu toppinn með offsetspaða eða skeið og kældu tiramisu bolla í að minnsta kosti 1 klukkustund svo að ladyfinger mýkist

d) Eftir að tiramisúið hefur stífnað í ísskápnum, stráið það með kakódufti og skreytir það með fleiri ladyfingers.

44. Tiramisu Cream Puffs

Gerir: 15

HRÁEFNI:

FYRIR CHOUX

- ½ bolli vatn
- 4 matskeiðar ósaltað smjör
- ½ tsk sykur
- Klípa af salti
- ½ bolli alhliða hveiti
- 2 stór egg

FYRIR TIRAMISU kremið:

- 4 aura mascarpone ostur, við kaldur stofuhita
- 2 matskeiðar kaffi áfengi
- 1 bolli þungur þeyttur rjómi
- ¾ bolli flórsykur

FYRIR GANACHE:

- ⅓ bolli þungur þeyttur rjómi
- 4 aura saxað dökkt súkkulaði

LEIÐBEININGAR

FYRIR CHOUX:

a) Hitið ofninn í 425 gráður og klæðið bökunarplötu með bökunarpappír.

b) Blandið saman vatni, smjöri, sykri og salti í miðlungs potti yfir meðalhita þar til smjörið hefur bráðnað og blandan er að sjóða. Takið pottinn af hellunni og bætið öllu hveitinu út í, hrærið kröftuglega til að blanda saman.

c) Eftir nokkur augnablik af hræringu mun deigið mynda raka kúlu sem togar frá hliðum pönnunnar. Settu pönnuna aftur á hita til að elda, róaðu deigið með tréskeið eða gúmmíspaða í 3 mínútur. Setjið deigið í stóra skál og bætið eggjunum út í einu í einu, hrærið kröftuglega eftir hverja viðbót til að blanda saman.

d) Deigið ætti að vera nógu seig til að halda mjúkum toppi þegar þú dregur tréskeiðina upp úr því. Ef það er of stíft skaltu bæta við teskeiðum eða tveimur af vatni. Skelltu blöndunni í sprautupokann og kreistu út matskeiðsstórar kringlóttar deigkúlur, um það bil 2 tommur á milli á tilbúnu pönnunni. Vætið varla fingurgóminn til að slétta út alla toppa á hringjunum þannig að þeir séu ávalar diskar, svipað og lögun bakaðar makrónkökur.

e) Bakið í forhituðum ofni í 10 mínútur, lækkið síðan ofnhitann í 350 og bakið í 15-20 mínútur í viðbót, eða þar til smjörin eru gullinbrún. Leyfðu kælingu áður en þú notar.

FYRIR TIRAMISU kremið:

a) Þeytið mascarpone og kaffisopa með handþeytara á meðalhraða í um 30 sekúndur eða þar til slétt er. Þeytið þunga þeytta rjómann á meðalhraða í stórri skál eða skálinni með hrærivél þar til hann þykknar aðeins.

b) Bætið flórsykrinum út í og þeytið áfram þar til stífir toppar myndast. Notaðu gúmmíspaða til að blanda mascarpone blöndunni varlega saman við þeytta rjómann. Setjið til hliðar í kæli þar til rjómabollurnar hafa kólnað niður í stofuhita. Þegar tilbúið er að fylla, skerið örlítið rif ofan á hverja rjómabollu.

c) Hellið tiramisu rjómanum í sprautupoka með hringlaga odd og fyllið hverja lund af rjóma þar til hún er full. Settu til hliðar á meðan þú býrð til ganache.

FYRIR GANACHE:

a) Hitið þunga þeytta rjómann í örbylgjuofni eða á eldavélinni þar til hann gufar. Hellið heita rjómanum ofan á saxaða súkkulaðið í lítilli skál og hyljið allt með plastfilmu.

b) Eftir 5 mínútur, hrærið blönduna þar til hún er slétt og hellið skeið af ganache ofan á hverja lund. Að öðrum kosti er hægt að dýfa rjómabollunum.

c) Ganachið mun stinnast upp þegar það harðnar, svo vertu viss um að hita varlega upp eftir þörfum.

45. Appelsínu Panna Cotta og Appelsínuhlaup

HRÁEFNI:

- Fyrir Panna Cotta:
- 1/2 bolli full feit mjólk
- 1 & 1/4 bolli þungur þeyttur rjómi
- 1 tsk duftformað gelatín
- 1/4 bolli hvítur sykur
- 1/2 tsk vanilluþykkni
- Börkur af einni appelsínu
- Fyrir appelsínuhlaupið:
- 1/2 bolli nýkreistur appelsínusafi
- 2 & 1/2 tsk duftformað gelatín
- 1/4 bolli hvítur sykur
- 1 bolli vatn

LEIÐBEININGAR:

a) Til að búa til Panna Cotta, skiptið mjólk í tvennt og hellið helmingnum í skál.

b) Stráið gelatíni yfir mjólkina og látið standa í 15 mínútur til að blómstra (gelatín sem hefur blómstrað með góðum árangri mun líta svampmikið út)

c) Blandið afganginum af mjólkinni saman við rjóma, appelsínubörk, vanillu og sykur í potti. Hrærið við meðalhita þar til sykurinn leysist alveg upp. Blandan á að hitna en ekki sjóða.

d) Takið það nú af hitanum og setjið til hliðar undir loki þar sem það mýkist í nokkrar mínútur (kannski um 15 mínútur). Hlífin er nauðsynleg til að læsa appelsínubragðinu frá börkinu, svo vinsamlegast ekki sleppa því

e) Setjið mjúka blönduna aftur á hitann til að malla, bætið síðan matarlíms- og mjólkurblöndunni út í og hrærið þar til matarlímið er alveg uppleyst. Sigtið blönduna með því að nota örlítið holótta sigti og panacotta-safnið er tilbúið til að fylla í ramekin, eftirréttsbolla eða glös strax eftir síun. Kælið þar til það er stíft.

f) Um 4 klst. Þú getur auðveldlega stillt eftirréttarbollana á horn til að verða skapandi með panna cotta þinni

g) Til að búa til hlaupið, látið gelatínið blómstra í helmingnum af appelsínusafanum í 5 mínútur
h) Sjóðið vatn og sykur við háan hita þar til það verður síróp (ekki þykkt), hellið síðan þessari blöndu yfir blómstrandi matarlímið og þeytið til að gelatínið leysist að fullu upp. Hrærið afganginum af safanum út í og látið blönduna kólna niður í stofuhita
i) Hellið kældri hlaupblöndu yfir hina settu panna cotta. Þú getur hellt þykkt eða þunnt lag eftir þörfum. Látið hlaup harðna á panna cottainu þínu í ísskápnum í um hálftíma. PS:- hlaup harðnar hraðar en Panna Cotta
j) Berið fram kælt og njótið sem eftirrétt

46. Jarðarberja panna cotta með karamelluuðum hnetum

HRÁEFNI:

- 200 g jarðaberjabitar
- 60 g sykur
- Panna cotta
- 250 ml mjólk
- 2 tsk óbragðbætt gelatín
- 80 g sykur
- 1 pakki muldar hnetur chikki

LEIÐBEININGAR:

a) Taktu pönnu settu jarðarberjabita, bættu við sykri haltu áfram að elda 3 til 5mín þegar sykur bráðinn þá jarðarber mýkt myndar safaríka áferð

b) Taktu hita á pönnu hella mjólk halda sjóða bæta við sykri, meina á meðan taka skál setja gelatín hella vatni blandaðu vel setja gelatín í mjólk sjóða 2min..

c) Hellið í mót leyfi 30mín og hellið síðan jarðarberjasósu á disk hellið sósu á hana

d) Skreyttu muldar hnetustykki, myntulauf á það tilbúið til framreiðslu

47. Jarðarber og kiwi panna cotta

HRÁEFNI:

- 1 bolli mjólk
- 1 bolli ferskur rjómi
- 1 matskeið gelatín
- 3 msk sykur
- 1 kíví saxað
- 2-3 jarðarber söxuð

LEIÐBEININGAR:

a) Setjið mjólk á pönnu, bætið gelatíni við í 4-5 mínútur til að mýkja gelatínið.

b) Hitið nú mjólkurblönduna bara þar til gelatínið leysist upp en mjólkin sýður ekki um 4-5 mínútur.

c) Bætið við sykri og rjóma, blandið vel saman.

d) Takið af hitanum og látið kólna.

e) Hellið í glösin og kælið í 4-5 klst en ekki frystið.

f) Þegar það er kalt en skreytið með söxuðu kiwi og jarðarberjum.

48. Smjörmjólkur Panna Cotta með sítrussósu

HRÁEFNI:

- 1 bolli súrmjólk
- 1/4 bolli sykur
- 1/2 bolli Heavy Cream
- 1-2 þræðir Agar-Agar gróflega brotinn

FYRIR SITRUS SÓSNU

- 1 appelsínugult
- 5-6 Appelsínugulir hlutar
- 3-4 msk Sykur

LEIÐBEININGAR:

a) Hitið þungan rjóma og sykur í potti. Hrærið nú Agar Agarnum saman við. Láttu það leysast upp. Haltu áfram að hræra í því. Það mun taka eina til tvær mínútur. Ekki sjóða. Það ætti að vera heitt. Það er það. Við þetta bætið súrmjólkinni. Hrærið fljótt. Smyrðu örlítið skálina þína sem þú ætlar að setja hana í.

b) Hellið blöndunni í það eða einstök ramekin-form að vild og látið stífna. Hitið sykur og appelsínusafa í potti við meðalháan hita, hrærið af og til þar til sykurinn leysist upp. Bættu við appelsínugulum hlutum líka.

c) Takið það af hellunni um leið og það þykknar. Kælið Panna Cotta í a.m.k. 2-3 klukkustundir eða þar til það hefur stífnað. Berið fram kælt með sítrussósu.

49. Plum panna cotta

HRÁEFNI:

- 1 bolli ferskur rjómi
- 1/4 bolli ostur
- 3 msk Sykur
- 4-5 Vanillu Essence
- 1 msk gelatín
- 5-6 plóma
- 1/4 bolli sykur
- 1/4 bolli vatn

LEIÐBEININGAR:

a) Takið ferskan rjóma og sykur í pott og hitið á lágum hita þar til sykurinn leysist upp. Slökktu á loganum og geymdu til hliðar til að kólna.

b) Taktu matarlímið í litla skál og bætið við 2-3 msk af sjóðandi vatni. Blandið vel saman og geymið til hliðar

c) Blandið jógúrtinni saman með blöndunartæki þar til hún er slétt.

d) Bætið nú jógúrtinni út í ferska rjóma- og sykurblönduna og blandið vel saman.Bætið gelatíninu og vanilluþykkni út í og blandið aftur öllu vel saman.Síið blönduna með múslínklút eða í sigti og færið í ramekin-form eða sílikonform eða muffinsbolla eða glerskálar eins og þú vilt.

e) Geymið það í kæli í 2-3 klukkustundir eða þar til það er stíft.

f) Gerum auðvelt plómusíróp til að fylla á. Fjarlægið plómurnar og setjið í pott með sykri og vatni.

g) Sjóðið það í 5-10 mínútur eða þar til sykur leysist upp og geymið til hliðar til að kólna. Blandið öllu saman í slétt mauk og hitið aftur í 5-7 mínútur í viðbót. Plómusósan þín er tilbúin.

h) Geymið það einu sinni inni í ísskáp og notið hvenær sem þarf.

i) Nú er síðasta skrefið að raða Pana Cotta þínum.

j) Taktu Pana Cotta úr mótun á borðplötu og toppaðu það með kældu plómusírópinu og sneiðum af ferskri plómu.

50. Mangó Panna Cotta með Spun Sugar skraut

HRÁEFNI:

MANGO LAG:

- 2 bollar mangómauk
- 2 msk agar agar/gelatín/kína gras
- 2 msk Heitt vatn

FYRIR KREMLAAG:

- 1 bolli full rjómamjólk
- 1 bolli rjómi
- Vanilludropar
- Klípa salt
- 1/2 bolli sykur
- 2 msk kínagras
- 2 msk heitt vatn

SYKURSKREIT

- 2 msk sykur

LEIÐBEININGAR:

a) Taktu stóra skál, bætið við kínagrasi og vatni og látið liggja í bleyti í 15 mín. Eftir það blandið því alveg saman. Þegar það hefur leyst upp, bætið við mangómauki og blandið því saman. Gakktu úr skugga um að það sé blandað alveg. Taktu matarglas, geymdu í skál í þverstefnu og helltu mangóblöndunni aðeins út í og kældu í 2 klst.

b) Fyrir rjómalag - 2 msk gelatín drekka í heitu vatni og geyma til hliðar. Ég hef tekið heimabakað rjóma. (Einn bolli rjómi geymdur í frysti í hálftíma. Eftir að hafa blandað í hrærivél færðu ferskan rjóma.) Hitið 1 bolli mjólk bætið við sykri og haldið til hliðar. Sykur ætti að leysast alveg upp og mjólkin ætti að vera köld. Bætið nú vanilluþykkni út í og blandið vel saman. Taktu skál bæta við rjóma sætmjólk gelatín uppleyst vatn og blandaðu því almennilega allt blanda ætti að vera blandað almennilega.

c) Takið mangómaukglas úr ísskápnum, bætið við rjómalagi og setjið aftur í 2 klukkustundir þar til það hefur fullkomlega stífnað. Skreytið með nokkrum söxuðum mangó

d) Taktu pönnu, bætið sykri við og hitið það að suðu koma upp án þess að hræra miðlungs karamellulit. Takið af hitanum og hellið karamellu á smjörbakka og búið til hönnun eftir eigin vali. Leyfðu því að harðna og brotna í sundur

51. Kókos panna cotta með ananas gljáa

HRÁEFNI:

- 1 bolli kókosmjólk
- 1 bolli þungur rjómi
- 1 1/4 tsk agar agar
- 3 msk sykur
- 1 bolli ananas
- 1 msk smjör
- 1 msk púðursykur

LEIÐBEININGAR:

a) Bætið rjóma, kókosmjólk og agar-agar á stóra pönnu. Þeytið þar til það hefur blandast saman og haldið til hliðar í 15 mínútur.

b) Bætið sykrinum á pönnuna og blandið vel saman. Kveiktu síðan á loganum í meðallagi. Hitið þar til sykurinn og agarinn leysist upp, hrærið stöðugt þar til hann er rétt að byrja að sjóða.

c) Hitið í aðrar 3-4 mínútur á lágum hita, blandið stöðugt saman og slökkvið á loganum.

d) Notaðu fínt mauk og síaðu blönduna í hreina skál. Hellið blöndunni í glas að eigin vali og geymið í kæli þar til pannacottan hefur stífnað.

e) Til að gera ananasgljáann, bætið smjörinu og púðursykrinum á pönnu og hitið í meðalloga. Haltu áfram að hræra þar til smjörið bráðnar og sykurinn er uppleystur.

f) Bætið nú ananasnum (ég saxaði hann fínt, ef þið viljið hafa stærri bita) á pönnuna, blandið vel saman og haltu áfram að elda þar til ananasinn er mjúkur.

g) Ef ananas er ekki sætur þarftu að nota aðeins meiri sykur. Geymið í kæli þar til kólnar.

h) Bætið ananasgljáanum ofan á panna cotta og berið fram kalt. Njóttu.

52. Tricolor Panna Cotta Delight

HRÁEFNI:

FYRIR MANGO LAG

- 1 bolli mangómauk
- 2 msk vatn
- 1 tsk óbragðbætt matarlím eða notaðu 4 g kínagras/agar agar
- eftir smekk Sykur

FYRIR GRÆNT(KHAS) LAG

- 1 bolli þungur rjómi
- 2-3 msk Khas síróp
- eftir smekk Sykur
- 1 tsk gelatín
- eftir þörfum Nokkrir dropar af grænum matarlit (valfrjálst)

FYRIR VANILLU KREMLAAG

- 1 bolli þungur rjómi
- eftir smekk Sykur
- 1/2 tsk vanillu essens
- 1 tsk gelatín

LEIÐBEININGAR:

FYRIR MANGO LAG

a) Bætið fyrst gelatíni og 2 msk af vatni í litla skál, blandið vel saman og látið standa í 5 mínútur til að blómstra. Bætið mangómauki, gelatíni á pönnu og hitið í 2-3 mínútur á lágum hita.

b) Slökkvið á hitanum og hellið blöndunni í hvaða form/glös sem er að eigin vali og geymið í kæli til að stífna alveg.

FYRIR KHAS LAG

c) Í lítilli skál bætið gelatínblöndunni vel saman og látið standa í 5 mínútur til að blómstra. Næst í potti bætið saman rjóma, sykri og eldið á miðlungshita þar til sykurinn leysist upp.

d) Þegar blandan hefur náð suðumarki skaltu slökkva á hitanum, bæta við Khas sírópi, nokkrum dropum af grænum matarlit, (valfrjálst) blómstrandi gelatíni og hræra þar til það er alveg uppleyst.

e) Látið það kólna að stofuhita og hellið síðan þessari blöndu yfir mangólagið og geymið það aftur í kæli til að stífna.

FYRIR VANILLULAAG

f) Í lítilli skál bætið gelatínblöndunni vel saman og látið standa í 5 mínútur til að blómstra. Næst í potti bætið saman rjóma, sykri og eldið á miðlungshita þar til sykurinn leysist upp.

g) Þegar blandan hefur náð suðumarki skaltu slökkva á hitanum, bæta við vanilluþykkni blómstrandi gelatíni og hræra þar til hún er alveg uppleyst. Látið það kólna að stofuhita og hellið síðan þessari blöndu yfir Khas lagið og geymið það aftur í kæli til að stífna alveg.

h) Ljúffengur 3 laga Panna Cotta Delight er tilbúinn til framreiðslu.

53. Mango Lassi Panna Cotta

HRÁEFNI:

- 2 stór mangó
- 1/4 bolli mjólk
- 2/3 bolli jógúrt
- 1 bolli þungur rjómi
- 2 msk sykur
- 1 tsk agar agar duft
- 1 tsk kardimommuduft
- 3-4 saffranþræðir

LEIÐBEININGAR:

a) Leggið Agar Agar duftið í bleyti í nægu vatni þannig að það bleyti vel. Það er nauðsynlegt.

b) Búðu til Mangómauk með því að afhýða, skera sneiðar og bæta í blandara til að búa til mauk

c) Bætið mjólk og þungum rjóma á pönnu og látið suðuna koma upp á meðalloga.

d) Bætið við kardimommudufti og saffranstrengjum. Bætið mangómauki og jógúrt út í og þeytið vel á meðan það er loga. Setja til hliðar

e) Kælið í 2-3 mínútur og sigtið mangóblönduna

f) Smyrjið formin. Hellið í form og kælið yfir nótt

g) Skreytið með mangósneiðum og myntulaufum og njótið

54. Kókosmjólk og appelsínu Panna Cotta

HRÁEFNI:

- 250 ml kókosmjólk
- 4-5 msk Sykur
- 1 appelsínugult
- 2-3 þræðir Agar-Agar
- 1/2 bolli vatn

LEIÐBEININGAR:

a) Sjóðið kókosmjólk á lágum hita með sykri bætt út í ásamt nýkreistum appelsínusafa ásamt börknum. Setja til hliðar. Í millitíðinni skaltu bæta hálfum bolla af vatni við Agar-Agar þræðina sem eru rifnir af í litla bita. Látið suðuna koma upp við háan hita fyrst og leyfið síðan að malla í um 4-5 mínútur.

b) Það er mikilvægt að það sé algerlega uppleyst og sé næstum gegnsætt. Svo er það tilbúið til að blanda því út í Kókosmjólk og Appelsínusafa.

c) Blandið vel saman. Bættu þessu við hvaða glerfat sem er eða kökuform eftir því sem hentar. Leyfðu því að kólna aðeins og geymdu það á köldum stað. Geymið það síðar í kæli þar til það er kalt.

d) Skerið og njótið!

55. Granatepli panna cotta

HRÁEFNI:

- 1/2 pakki ferskur rjómi
- 1 msk sykur
- 11/2 bolli mjólk
- 1 tsk gelatín
- 1 bolli granateplasafi
- 1 tsk vanillu essens

LEIÐBEININGAR:

a) Stráið gelatíni yfir mjólkina og hvílið í 10 mínútur
b) Hitið rjóma, bætið sykri og vanilludropum saman við
c) Blandið gelatínblöndunni hellið í glas
d) Sett í ísskáp yfir nótt
e) Hitið granateplasafa bætið gelatínblöndunni yfir panna cotta
f) Sett í ísskáp yfir nótt
g) Skreytið með ferskum granatepli

56. Græn og hvít Panna Cotta

HRÁEFNI:

- 1 pakki grænn hlaupbanani
- 2 bollar vatn
- 1/3 bolli soðið vatn
- 3 tsk gelatín
- 400 ml rjómi
- 5 msk sykur eða eftir smekk
- 1 tsk vanillu essenan

LEIÐBEININGAR:

a) Sjóðið vatnið, bætið við hlaupi og hrærið í.
b) Setjið hlaup í litlum glösum í kæliskáp í 1/2 klst.
c) Leysið gelatín upp í heitu vatni.
d) Bætið sykri út í og blandið vel saman.
e) Bætið vanillu essenan út í og blandið vel saman.
f) Bætið rjóma út í og blandið vel saman.
g) Helltu því í grænt hlaup ísskáp aftur eftir 1/2 klukkustund.

57. Grísk jógúrt Panna Cotta með döðlumauki

HRÁEFNI:

FYRIR PANNA COTTA:

- 1 bolli þungur rjómi
- 1/3 bolli sykur
- 1/8 tsk salt
- 1 tsk vanilluþykkni
- 1 umslag óbragðbætt gelatín
- 2 bollar grísk jógúrt

FYRIR DAGSETNINGA MAUKI:

- 2 bollar döðla (hella og bleyta í vatni og búa til mauk í blandara)
- að smakka sykur
- 1 msk maíssterkja

LEIÐBEININGAR:

a) Blandið 1 umslagi af gelatíni saman við 3 matskeiðar af vatni í litla skál og setjið til hliðar í 5 mínútur.

b) Blandið saman rjóma, sykri, salti og vanilluþykkni í pönnu. Eldið það í um það bil 5 mínútur (hrærið stöðugt) við meðalhita þar til sykurinn leysist upp að fullu. Það þarf ekki að koma upp suðu heldur hita það nógu mikið til að allt hráefnið blandist saman.

c) Slökkvið á hellunni og bætið uppleystu gelatíninu út í blönduna, þeytið þar til það hefur blandast vel saman.

d) Bætið 2 bollum af grískri jógúrt út í og hrærið mjög vel þar til þú hefur slétt samkvæmni.

e) Skiptið þessari blöndu í 4 glös og kælið í nokkrar klukkustundir.

DAGSETNINGAR MAUK:

f) Blandið saman döðlum mauki sykri í pönnu og látið suðuna koma upp og eldið í um 3-4 mínútur.

g) Blandið maíssterkju saman við 3 matskeiðar af vatni og bætið því út í sósuna. Hrærið vel í eina mínútu og slökkvið síðan á hitanum. Látið sósuna kólna og hellið henni síðan ofan á kælda Panna Cotta.

h) Setjið plastfilmu yfir og geymið í kæli í nokkrar klukkustundir í viðbót.

i) Áður en eftirrétturinn er borinn fram skal toppa hann með hakkaðri döðlu og myntulaufi.

58. Persimmon panna cotta

4 skammtar

HRÁEFNI:

- 400 ml þeyttur rjómi
- 1/3 bolli sykur eða eftir smekk
- 3 tsk gelatín eða Ager Ager
- Fyrir persimmon mauk
- 1/4 bolli vatn
- 2 persimmon meðalstór
- 2 tsk Ager Ager eða gelatín

LEIÐBEININGAR:

a) Hitið 350 ml af þeyttum rjóma á lítilli pönnu. Sigtið sykur út í og hrærið varlega.

b) Blandið agar-agar saman við 50 ml af heitum þeyttum rjóma í sérstakri skál. Blandið þessu vel saman og bætið nú þessari blöndu í rjómalaga pönnu í 2 mín., hrærið. Látið kólna aðeins.

c) Fyllið í 4 glös fram að brúninni og látið panna cottaið standa í ísskápnum – um það bil klukkutíma.

d) Skerið persimmon og afhýðið húðina. Blandið því saman við vatn ef þarf þar til maukið er.

e) Leysið upp 2 tsk agarduft í 25 ml af volgu vatni, bætið því við persimmonmaukið. Hrærið vel saman.

f) Fylltu plássið sem eftir er í glösunum með persimmonmauki. Látið hefast í ísskápnum í um 2 til 4 klukkustundir eða þar til það hefur stífnað alveg.

59. Vanilla og vatnsmelóna Panna cotta

Gerir: 4 skammta

HRÁEFNI:

- 500 ml mjólk
- 1 matskeið kremduft -
- Sykur - eftir þínum smekk
- Vatnsmelóna - 1 stór skál, frælaus og skorin í bita
- 1/2 skeið steinsalt
- 1 matskeið myntulauf
- 1 skeið sítrónusafi

LEIÐBEININGAR:

a) Taktu 1/2 bolla af mjólk, bætið við vanilósadufti og blandið vel saman.
b) Sjóðið mjólkina, bætið rjómamjólk og sykri út í.
c) Eftir 5 mínútur skaltu slökkva á gasinu.
d) Kældu blönduna.
e) Takið 4 glös, bætið mjólkurkreminu út í og setjið í frysti í 4-5 klst.
f) Taktu krukku, bætið vatnsmelónubitum, steinsalti, myntulaufum og sítrónusafa út í og blandið.
g) Bætið nú þessari blöndu í mjólkurglös og setjið í frysti í 4-5 klukkustundir.
h) Skreytið með myntulaufi og berið fram kælt.

60. Perukompott í hlaupi með Panna Cotta

Gerir: 8 skammta

HRÁEFNI:

PERUTJÓNUR Í hlaupi:

- 2 asískar perur
- 200 ml hvítvín
- 60 grömm sykur
- 10 ml sítrónusafi
- 2 grömm af gelatínblöðum

PANNA COTTA

- 200 ml Þungt krem
- 200 ml mjólk
- 30 grömm sykur
- 30 grömm hunang
- 6 grömm af gelatínblöðum

LEIÐBEININGAR:

Gerðu perukompottinn

a) Skerið perurnar í 16 báta hvern og setjið á pönnu ásamt hráefninu. Byrjaðu að elda við háan hita.

b) Látið suðuna koma upp til að láta áfengið gufa upp í hvítvíninu og látið malla við meðalhita þar til perurnar verða hálfgagnsærar. Skerið líka burt hvaða rusl sem er.

c) Perurnar verða hálfgagnsærar eftir nokkrar mínútur. Slökkvið á hitanum og látið kólna á pönnunni.

d) Þegar það hefur kólnað niður í stofuhita skaltu flytja perurnar með rjúpnavökvanum í geymsluílát og kæla í kæli.

Gerðu panna cotta:

e) Leggið 6 g af gelatínblöðum fyrir panna cotta í bleyti í um það bil 20 mínútur í vatni.

f) Hitið hráefnin yfir meðalhita. Haltu áfram að hræra þar til sykurinn er alveg uppleystur og slökktu á hitanum. Algjörlega ekki láta það sjóða.

g) Bætið gelatínblöðunum í bleyti út í panna cotta blönduna og leysið gelatínið upp alveg. Sigtið blönduna í bolla.

h) Lokið með loki og kælið þar til það hefur setið í kæli.

Gerðu hlaupið:

i) Hitið sírópið úr perusamstæðunni; ekki láta suðuna koma upp. Bætið við 2 g af matarlímsblöðum sem eru geymd fyrir hlaupið, sem hafa verið lögð í bleyti í vatni fyrirfram.

j) Hellið í ílát og setjið í ísskáp þar til það er stíft.

k) Setjið perukompottinn ofan á panna cotta. Bætið hlaupinu ofan á til að klára.

l) Perukompotturinn er auðvitað ljúffengur einn og sér.

61. Panna cotta með karamellusósu

Gerir: 6 skammta

HRÁEFNI::

- 1 bolli Sykur
- 1 bolli vatn; eða meira
- 1 bolli Vatn
- 2 matskeiðar Vatn
- 4 tsk óbragðbætt gelatín
- 5 bollar Þeyttur rjómi
- 1 bolli Mjólk
- 1 bolli Púðursykur
- 1 vanillustöng; skipt eftir endilöngu

LEIÐBEININGAR:

FYRIR SÓSU:

a) Blandið 1 bolli af sykri og ½ bolli af vatni saman í þungri miðlungs potti við lágan hita. Hrærið þar til sykur leysist upp. Hækkið hitann og látið sjóða án þess að hræra þar til sírópið verður gulbrúnt, snúið pönnu af og til og penslið niður hliðarnar með blautum sætabrauðspensli, um það bil 8 mínútur. Takið pönnuna af hitanum.

b) Bætið ½ bolli af vatni varlega út í. Hitið pönnuna aftur og látið suðuna koma upp, hrærið til að leysa upp karamellubita, um það bil 2 mínútur.

c) Flott.

FYRIR PUDDING:

d) Hellið 2 msk vatni í litla skál. Stráið gelatíni yfir. Látið standa þar til það er mýkt, um 10 mínútur. Blandið saman rjóma, mjólk og sykri í þungum stórum potti. Skafið fræin úr vanillustönginni; bæta við baun.

e) Látið suðuna koma upp, hrærið oft. Takið af hitanum. Bætið gelatínblöndunni út í og hrærið til að leysast upp. Fjarlægðu vanillustöngina. Flyttu blönduna yfir í skál. Setjið skál yfir stærri skál af ísvatni. Látið standa aðeins þar til það er kólnað, hrærið af og til, um 30 mínútur. Skiptið búðingnum jafnt á milli sex 10 únsu custard bolla. Lokið og kælið yfir nótt.

f) Afmóðu búðingum á diska. Dreypið karamellusósu yfir og berið fram.

62. Súkkulaði Panna Cotta

Gerir: 5 skammta

HRÁEFNI::

- 500 ml þungur rjómi
- 10 g gelatín
- 70 g svart súkkulaði
- 2 matskeiðar af jógúrt
- 3 matskeiðar af sykri
- klípa af salti

LEIÐBEININGAR:

a) Leggið matarlím í bleyti í litlu magni af rjóma.

b) Hellið afganginum af rjómanum í lítinn pott. Látið suðuna koma upp í sykri og jógúrt, hrærið af og til, en ekki sjóða. Takið pönnuna af hitanum.

c) Hrærið súkkulaðinu og gelatíninu saman við þar til þau eru alveg uppleyst.

d) Fylltu formin af deigi og kældu í 2-3 klukkustundir.

e) Til að losa panna cotta úr forminu skaltu keyra hana undir heitu vatni í nokkrar sekúndur áður en eftirrétturinn er fjarlægður.

f) Skreytið að vild og berið fram!

63. Karamellukrem

Gerir: 1 skammtur

HRÁEFNI:

- ½ bolli Kornsykur
- 1 tsk Vatn
- 4 eggjarauður eða 3 heil egg
- 2 bollar Mjólk, skoluð
- ½ tsk vanilluþykkni

LEIÐBEININGAR:

a) Í stórri pönnu skaltu sameina 6 matskeiðar sykur og 1 bolli af vatni. Hitið við lágan hita, hristið eða snúið öðru hverju með tréskeiði til að brenna ekki, þar til sykurinn verður gullinn.

b) Hellið karamellusírópinu í grunnt eldfast mót (8x8 tommur) eða tertudisk eins fljótt og auðið er. Látið kólna þar til það er orðið hart.

c) Forhitið ofninn í 325 gráður á Fahrenheit.

d) Annað hvort þeytið eggjarauður eða heilu eggin saman. Blandið mjólkinni, vanilluþykkni og sykrinum sem eftir er saman við þar til það er alveg blandað saman.

e) Hellið kældu karamellunni ofan á.

f) Setjið bökunarformið í heitt vatnsbað. Bakið í 1-112 klukkustundir, eða þar til miðjan hefur stífnað. Flott, flott, flott.

g) Til að bera fram skaltu hvolfa á disk með varúð.

64. Ítalskar bakaðar ferskjur

Gerir: 1 skammtur

HRÁEFNI:

- 6 Þroskaðar ferskjur
- ⅓ bolli sykur
- 1 bolli malaðar möndlur
- 1 eggjarauða
- ½ tsk möndluþykkni
- 4 matskeiðar Smjör
- ¼ bolli sneiðar möndlur
- Þungt krem, valfrjálst

LEIÐBEININGAR:

a) Forhitið ofninn í 350 gráður Fahrenheit. Ferskjur á að skola, helminga og grýta. Maukið 2 af ferskjuhelmingunum í matvinnsluvél.

Blandið saman mauki, sykri, möluðum möndlum, eggjarauðu og möndluþykkni í blöndunarskál. Til að búa til slétt deig skaltu blanda öllu hráefninu saman í blöndunarskál.

b) Hellið fyllingunni yfir hvern ferskjuhelming og setjið fylltu ferskjuhelmingana í smurða bökunarplötu.

c) Stráið möndlusneiðum yfir og penslið afganginum af smjörinu yfir ferskjurnar áður en þær eru bakaðar í 45 mínútur.

d) Berið fram heitt eða kalt, með hlið af rjóma eða ís.

65. Hunangsbúðingur

Gerir: 6 skammta

HRÁEFNI:

- ¼ bolli ósaltað smjör
- 1½ bolli Mjólk
- 2 stór egg; létt barinn
- 6 sneiðar Hvítt sveitabrauð; rifið
- ½ bolli Tær; þunnt hunang, plús
- 1 matskeið Clear; þunnt hunang
- ½ bolli Heitt vatn; plús
- 1 matskeið Heitt vatn
- ¼ tsk Malaður kanill
- ¼ tsk Vanilla

LEIÐBEININGAR:

a) Hitið ofninn í 350 gráður og notið smá af smjörinu til að smyrja 9 tommu glertertuform. Þeytið saman mjólk og egg, bætið síðan brauðbitunum saman við og snúið við þannig að þeir hjúpa þá jafnt.

b) Látið brauðið liggja í bleyti í 15 til 20 mínútur, snúið við einu sinni eða tvisvar. Hitið smjörið sem eftir er á miðlungshita í stórri pönnu sem ekki festist.

c) Steikið brauðið í bleyti í smjörinu þar til það er gullið, um það bil 2 til 3 mínútur á hvorri hlið. Færið brauðið yfir í bökunarformið.

d) Blandið hunanginu og heita vatninu saman í skál og hrærið þar til blandan hefur blandast jafnt.

e) Hrærið kanil og vanillu saman við og dreypið blöndunni yfir og utan um brauðið.

f) Bakið í um það bil 30 mínútur, eða þar til gullbrúnt.

66. Frosinn hunang semifreddo

Gerir: 8 skammta

HRÁEFNI:

- 8 aura þungur rjómi
- 1 tsk vanilluþykkni
- ¼ tsk rósavatn
- 4 stór egg
- 4 ½ aura hunang
- ¼ tsk auk ⅛ tsk kosher salt
- Álegg eins og niðurskorinn ávöxtur, ristaðar hnetur, kakónibbar eða rakað súkkulaði

LEIÐBEININGAR:

a) Forhitið ofninn í 350°F. Klæðið 9 x 5 tommu brauðform með plastfilmu eða smjörpappír.

b) Fyrir Semifreddo, þeytið rjómann, vanilluna og rósavatnið í skál hrærivélar með þeytara þar til það er stíft.

c) Flyttu yfir í sérstaka skál eða disk, hyldu og kældu þar til það er tilbúið til notkunar.

d) Í skálinni með hrærivél, þeytið saman eggin, hunangið og saltið. Til að blanda saman skaltu nota sveigjanlegan spaða til að hræra öllu saman.

e) Í ryðfríu stáli skál, eldið, hringið og skafið reglulega með sveigjanlegum spaða, þar til það hefur hitnað í 165°F, um það bil 10 mínútur.

f) Flyttu blönduna yfir í hrærivél með þeytara þegar hún hefur náð 165°F. Þeytið eggin á háu stigi þar til þau eru froðukennd.

Þeytið helminginn af þeytta rjómanum varlega út í með höndunum. Bætið restinni af hráefnunum saman við, hrærið hratt og blandið síðan saman við með sveigjanlegum spaða þar til það er vel blandað saman.

g) Skafið í tilbúið brauðform, lokið vel og frystið í 8 klukkustundir eða þar til það er nógu fast til að sneiða, eða þar til innra hitastigið nær 0°F.

h) Hvolfið semifreddo á kælt fat til að bera fram.

67. Zabaglione

Gerir: 4

HRÁEFNI:

- 4 eggjarauður
- ¼ bolli sykur
- ½ bolli Marsala Dry eða annað þurrt hvítvín
- nokkrar greinar af ferskri myntu

LEIÐBEININGAR:

l) Þeytið eggjarauður og sykur saman í hitaþéttri skál þar til þær eru ljósgular og gljáandi. Þá ætti að hræra Marsala-inu í.

m) Látið suðu koma upp í miðlungs pott sem er hálffullur af vatni. Byrjaðu að þeyta eggja/vínblönduna í hitaþéttu skálinni ofan á pottinum.

n) Haltu áfram að þeyta í 10 mínútur með rafmagnsþeytara (eða þeytara) yfir heitu vatni.

o) Notaðu skyndilesandi hitamæli til að tryggja að blandan nái 160°F á eldunartímanum.

p) Takið af hitanum og hellið zabaglione yfir tilbúna ávextina, skreytið með ferskum myntulaufum.

q) Zabaglione er jafn ljúffengt borið fram ofan á ís eða eitt og sér.

68. Affogato

Gerir: 1

HRÁEFNI:

- 1 skeið vanilluís
- 1 skot Espresso
- Dregið af súkkulaðisósu, valfrjálst

LEIÐBEININGAR:

a) Setjið skeið af vanilluís í glas og 1 skot af espressó.

b) Berið fram!

69. Haframjöl kanilís

Gerir um 1 lítra

HRÁEFNI:

- Blank ísgrunnur
- 1 bolli hafrar
- 1 matskeið malaður kanill

LEIÐBEININGAR:

a) Undirbúið auða botninn samkvæmt leiðbeiningum.

b) Blandið höfrum og kanil saman í lítilli pönnu yfir meðalhita. Ristið, hrærið reglulega í, í 10 mínútur, eða þar til það er brúnt og arómatískt.

c) Til að fylla á, bætið ristuðum kanil og höfrum við botninn þegar þeir losna af hellunni og leyfið að malla í um það bil 30 mínútur. Notaðu netsíu sett yfir skál; Sigtið fast efnin, þrýstið í gegn til að tryggja að þú fáir eins mikið af bragðbættum rjóma og mögulegt er. Svolítið af haframjöli gæti komið í gegn, en það er allt í lagi - það er ljúffengt! Geymið haframjölsföstu efnin fyrir haframjöluppskriftina!

d) Þú munt missa blöndu til frásogs, þannig að gerðir á þessum ís verða aðeins færri en venjulega.

e) Geymið blönduna í kæli yfir nótt. Þegar þú ert tilbúinn að búa til ísinn, blandaðu honum aftur með blöndunartæki þar til það er slétt og rjómakennt.

f) Hellið í ísvél og frystið samkvæmt leiðbeiningum framleiðanda. Geymið í loftþéttu íláti og frystið yfir nótt.

70. Tvöfalt súkkulaðihlaup

Gerir: 4-6

HRÁEFNI:

- ½ bolli þungur rjómi
- 2 bollar af mjólk
- ¾ bolli sykur
- ¼ teskeið salt
- 7 aura hágæða dökkt súkkulaði
- 1 tsk vanilluþykkni
- Kókossmjör

LEIÐBEININGAR:

a) Fyrsta skrefið er gert með því að bræða súkkulaðið og kæla það síðan aðeins. Setjið mjólkina, rjómann og smjörið í skál og blandið saman þar til það hefur blandast vel saman.

b) Blandið sykrinum saman við með þeytara og salti. Haltu áfram að þeyta í um það bil 4 mínútur þar til sykurinn og saltið leysast upp. Blandið svo vanilludropa út í.

c) Að lokum er súkkulaðinu blandað saman við þar til það hefur blandast vel saman. Helltu hráefninu í ísvélina þína og láttu hann malla í 25 mínútur.

d) Setjið hlaupið í loftþétt ílát og setjið í frysti í allt að 2 klukkustundir, þar til þú viltd samræmi er náð.

71. Kirsuberja-jarðaberjahlaup

Gerir: 4-6

HRÁEFNI:

- ½ bolli þungur rjómi
- 2 bollar af mjólk
- ¾ bolli sykur
- Kókossmjör
- 1 bolli sneið jarðarber
- 1 matskeið vanilluþykkni

LEIÐBEININGAR:

a) Notaðu blandara, maukaðu jarðarberið vandlega. Setjið mjólkina, rjómann og smjörið í skál og blandið saman þar til það hefur blandast vel saman. Blandið sykrinum saman við með þeytara.

b) Haltu áfram að þeyta í um það bil 4 mínútur þar til sykurinn leysist upp. Blandið svo vanilluþykkni og jarðarberjamauki út í.

c) Helltu hráefninu í ísvélina þína og láttu hann malla í 25 mínútur.

d) Setjið hlaupið í loftþétt ílát og setjið í frysti í allt að 2 klukkustundir þar til æskilegri þéttleika er náð.

72. Smjörkennd croissant jarðlög með prosciutto

Gerir: 8

HRÁEFNI:

- 3 matskeiðar saltað smjör, þunnt sneið, auk meira til að smyrja
- 6 smjördeigshorn, gróflega rifin í þriðju
- 8 stór egg
- 3 bollar nýmjólk
- 1 matskeið Dijon sinnep
- 1 matskeið söxuð fersk salvía
- ¼ tsk nýrifinn múskat
- Kosher salt og nýmalaður pipar
- 12 aura frosið spínat, þiðnað og kreistið þurrt
- 1½ bolli rifinn Gouda ostur
- 1½ bollar rifinn Gruyère ostur
- 3 aura smátt skorinn prosciutto, rifinn

LEIÐBEININGAR:

a) Forhitið ofninn í 350°F. Smyrjið 9 × 13 tommu bökunarform.

b) Raðið croissantunum í botninn á bökunarforminu og hyljið þau með sneiðum smjöri. Bakið þar til það er létt ristað, 5 til 8 mínútur. Takið út og látið kólna á pönnunni þar til það er ekki lengur heitt að snerta, um það bil 10 mínútur.

c) Í meðalstórri skál, þeytið saman egg, mjólk, sinnep, salvíu, múskat og klípa af salti og pipar. Hrærið spínatinu og ¾ bolla af hverjum osti saman við. Hellið blöndunni varlega yfir ristuðu smjördeigshornin og dreifið henni jafnt. Setjið restina af ostinum yfir og bætið sleikjóinu út í til að klára. Lokið og kælið í að minnsta kosti 30 mínútur eða yfir nótt.

d) Þegar tilbúið er að baka, takið jarðlögin úr ísskápnum og hitið ofninn í 350°F.

e) Bakið þar til miðju jarðlaganna er stíft, um 45 mínútur. Ef smjördeigin byrja að brúnast áður en jarðlögin eru búin að elda, hyljið þau með álpappír og haltu áfram að baka.

f) Takið jarðlögin úr ofninum og látið kólna í 5 mínútur áður en borið er fram.

73. Balsamic ferskja og brie terta

Gerir: 6

HRÁEFNI:

- 1 lak frosið laufabrauð, þíðt
- ⅓ bolli sítrónu basil pestó
- 1 (8 aura) hjól Brie ostur, börkur á og sneið
- 2 þroskaðar ferskjur, þunnar sneiðar
- Extra virgin ólífuolía
- Kosher salt og nýmalaður pipar
- 3 aura smátt skorinn prosciutto, rifinn
- ¼ bolli balsamik edik
- 2 til 3 matskeiðar hunang
- Fersk basilíkublöð, til framreiðslu

LEIÐBEININGAR:

a) Forhitið ofninn í 425°F. Klæðið bökunarplötu með bökunarpappír.
b) Rúllaðu smjördeiginu varlega út á hreint vinnuborð í 1⁄8 tommu þykkt og færðu það yfir á tilbúna bökunarplötu. Stungið deigið yfir allt með gaffli, dreifið síðan pestóinu jafnt yfir deigið og skilið eftir ½ tommu brún.
c) Raðið Brie og ferskjum ofan á pestóið og dreypið létt með ólífuolíu yfir. Kryddið með salti og pipar og toppið með prosciutto.
d) Stráið brúnum deigsins með pipar.
e) Bakið þar til sætabrauðið er gullið og prosciutto stökkt, 25 til 30 mínútur.
f) Á meðan, í lítilli skál, þeytið saman edik og hunang.
g) Takið tertuna úr ofninum, toppið með basilblöðum og dreypið hunangsblöndunni yfir. Skerið í bita og berið fram heitt.

74. Laukur og prosciutto terta

Gerir: 8 skammta

HRÁEFNI:

- ½ pund laufabrauð
- 4 stórir laukar; hakkað
- 3 aurar Prosciutto; hægelduðum
- ½ tsk timjan
- ½ tsk rósmarín
- 2 matskeiðar Ólífuolía
- 12 stórar svartar ólífur í olíu; holóttur
- Nýmalaður svartur pipar
- Saltið ef þarf
- 1 egg

LEIÐBEININGAR:

a) Steikið lauk í olíu með kryddjurtum þar til laukurinn er gegnsær. Bætið prosciutto út í og eldið í 3 mínútur. Kryddið með pipar og athugaðu saltið. Slappaðu af.

b) Fletjið deigið út í rétthyrning sem er 11" x 9. Skerið 4 ræmur af deigi til að búa til kantana og þrýstið þeim á brúnir rétthyrningsins.

c) Færið yfir á kökuform og stráið brúnirnar með þeyttu eggi. Kældu ½ klukkustund. Forhitaðu ofninn í 425. Dreifðu laukblöndunni á tilbúið deig. baka 30 mínútur.

d) Lækkið hitann í 300, skreytið tertu með sneiðum ólífum og haltu áfram að baka í 15 mínútur í viðbót.

75. Prosciutto ólífu tómatbrauð

Gerir: 1 skammtur

HRÁEFNI:

- 1 pund brauð, 1 1/2 pund brauð
- 1 bolli vatn
- 2 matskeiðar jurtaolía
- ⅓ bolli þroskaðir tómatar
- ⅓ bolli af ólífum, holóttum alfonse eða öðrum víngerðum ólífum
- ⅓ bolli prosciutto, rifinn
- 2 tsk sykur
- ½ tsk salvía
- 1 tsk salt
- ⅓ bolli rúgmjöl
- 1½ bolli heilhveiti
- 1½ bolli brauðhveiti
- 1½ tsk ger

LEIÐBEININGAR:

a) Bakið samkvæmt leiðbeiningum framleiðanda.

76. Prosciutto-appelsínugult popovers

Gerir: 6 skammta

HRÁEFNI:

- 1 bolli hveiti
- ¼ tsk Salt
- 1 bolli Mjólk
- 2 egg; létt barinn
- 1 matskeið Brædd smjörlíki
- 2 sneiðar Prosciutto; snyrt af aukafitu; smátt saxað
- 1 stór appelsína; fínt rifinn hýði af

LEIÐBEININGAR:

a) Setjið pönnuna inn í ofn og hitið í 450 gráður. Takið pönnuna úr ofninum um leið og hún er orðin heit.

b) Hrærið saman hveiti og salti. Þeytið mjólk, egg og bræddu smjörlíki út í þar til blandan er slétt. Ekki ofgera. Hrærið kartöflum og appelsínuberki saman við.

c) Hellið deiginu í heita pönnuna og bakið í forhituðum ofni í 15 mínútur. Snúðu hitann í 350 gráður og haltu áfram að baka í 15-20 mínútur, þar til blásið og brúnt. Opnaðu aldrei ofnhurðina á meðan á bökunartímanum stendur þar sem popparnir munu tæmast.

d) Takið úr ofninum og hlaupið með hníf í kringum hverja popp.

e) Takið af pönnunni og stingið í hvern með hníf.

77. Candied Prosciutto

HRÁEFNI:

- 3 bollar sykur
- 1 1/2 bollar Prosciutto di Parma sneiðar, saxaðar

LEIÐBEININGAR:

a) Bræðið sykur rólega í meðalstórum potti, bætið kartöflum saman við og blandið í 3 mínútur.
b) Dreifið blöndunni yfir pönnu með vax- eða smjörpappír á.
c) Látið kólna og brotið í sundur til að molna.

78. Mozzarella og prosciutto kartöflukaka

Gerir: 6

HRÁEFNI:

- Mozzarella og prosciutto kartöflukaka
- 1/2 bolli (35g) ferskt brauðrasp
- 900 gr kartöflur, skrældar
- 1/2 bolli (125 ml) heit mjólk
- 60 grömm af smjöri, skorið í teninga
- 2/3 bolli (50g) rifinn parmesan
- 2 egg
- 1 eggjarauða
- 1 bolli (100g) rifinn mozzarella
- 100 grömm prosciutto, skorinn í teninga
- elskan rakettur, til að þjóna

LEIÐBEININGAR:

a) Hitið ofninn í mjög heitan, 200°C (180°C blástur).

b) Smyrjið 20 cm springform með smjöri; stráið botninum yfir þriðjung af brauðmylsnunni.

c) Eldið kartöflur í potti með sjóðandi saltvatni í 15 mínútur þar til þær eru mjúkar. Afrennsli; farðu aftur á pönnuna í 1 mínútu, þar til það er þurrt.

d) Stappaðu kartöflurnar, bætið mjólk út í og helminginn af smjörinu. Hrærið parmesan, eggi og eggjarauðu saman við; árstíð.

e) Dreifðu tilbúinni pönnu með helmingi kartöflublöndunnar. Hyljið mozzarella og prosciutto; toppið með afganginum af kartöflublöndunni. Dot með smjörinu sem eftir er; stráið restinni af brauðmylsnu yfir.

f) Bakið í 30 mínútur, þar til það er gullið og heitt; standa köku 10 mínútur. Skerið í sneiðar og berið fram með raket.

79. Green Pea Panna Cotta Með Prosciutto

Gerir: 8-10 skammta

Hráefni

GRÆN BARNA PANNA COTTA:

- Matreiðsluúði af canola eða annarri hlutlausri olíu
- 1 msk. agar agar flögur
- 1 lítill sellerístilkur, skorinn í bita
- 2" kvistur af fersku rósmaríni
- 1 lárviðarlauf
- 1/2 tsk. heil svört piparkorn
- 1/4 tsk. heil allra kryddber
- 2 greinar flatblaða ítalsk steinselja
- Borðsalt, eftir smekk
- 2 bollar grænar baunir
- 1/4 c. þungur rjómi
- 2 matskeiðar brie ostur
- Cayenne pipar, eftir smekk
- Pipar, eftir smekk
- Örgrænt eða sellerígrænt, til skrauts

PROSCIUTTO FLEXAR:

- 4 þunnar sneiðar Prosciutto de Parma

GRÆN BARNA PANNA COTTA:

a) Forhitaðu ofninn í 400º F með grind í miðjunni. Klæðið bökunarplötu með álpappír. Hjúpaðu bollana af 12 bolla litlu muffinsformi létt með eldunarúða og settu til hliðar.

b) Blandið saman 1-3/4 bollum af vatni, agar agar, sellerí, rósmarín, lárviðarlaufi, piparkornum, kryddberjum, steinselju og 1/4 tsk matarsalti í litlum potti. Látið suðuna koma upp við háan hita, skafið botninn af pönnunni af og til og lækkið síðan hitann. Haltu áfram að skafa botninn á pönnunni af og til, þar sem agar agarinn vill setjast, þar til hann virðist uppleystur, um 6-8 mínútur.

c) Bætið ertum í blandara og maukið. Sigtið agar-agarsoðið í gegnum fínmöskju sigti í blandara. Bætið við þungum rjóma, brie, klípu eða tveimur af cayenne og vatni til að ná rúmmálinu rétt yfir 2 bolla.

d) Blandið þar til það er slétt, skafið niður hliðar blandarans eftir þörfum. Smakkaðu og stilltu kryddið með salti, hvítum pipar og viðbótar cayenne ef þess er óskað, blandaðu stuttlega saman til að fullu innlimun. Dreifið blöndunni jafnt á milli 12 tilbúna muffinsbollanna.

e) Bankaðu nokkrum sinnum á pönnuna til að setjast og hjálpa til við að fjarlægja allar loftbólur sem kunna að hafa myndast. Setjið til hliðar í um klukkutíma þar til agar agarinn stífni.

f) Þegar framreiðslutíminn er borinn skaltu renna þunnum hníf í kringum brún panna cotta og stinga síðan hverjum hníf út.

PROSCIUTTO FLEXAR:

g) Forhitið ofninn í 250°F.

h) Notaðu 1 tommu hringlaga skeri til að skera hringi af prosciutto. Setjið á pönnu með bökunarpappír og bakið í 10–15 mínútur þar til það er stökkt. Geymið til skrauts.

SAMSETNING:

i) Setjið panna cotta á bakka.

j) Setjið prosciutto disk á aioli.

k) Skreytið með örgrænu eða sellerígrænu.

80. Lime Gelato Með Chia fræjum

HRÁEFNI:

- Rifinn börkur og safi úr 4 lime
- ¾ bolli sykur
- bollar hálf og hálf
- stórar eggjarauður
- 1¼ bollar þungur rjómi
- ⅔ bolli chiafræ

LEIÐBEININGAR:

a) Í matvinnsluvél, púlsaðu limebörkinn og sykurinn um það bil 5 sinnum til að draga olíuna úr börknum. Færið limesykurinn yfir í skál.

b) Fylltu stóra skál að hluta af ís og vatni, settu meðalstóra skál í ísvatnið og settu fínmöskju sigti yfir toppinn.

c) Blandið saman ½ bolla af limesykri og hálfum og hálfum í pott. Látið suðuna koma upp við meðalhita og hrærið til að sykurinn leysist upp.

d) Á meðan, bætið eggjarauðunum út í afganginn af limesykri í skálinni og þeytið saman.

e) Helltu um helmingnum af heitu hálf-og-hálfu blöndunni smám saman í eggjarauðurnar á meðan þú þeytir stöðugt, þeytið síðan þessari blöndu í hálfa og hálfa blönduna í pottinum.

f) Eldið, hrærið stöðugt, þar til vaniljan er nógu þykk til að hjúpa bakhlið skeiðarinnar, um það bil 5 mínútur.

g) Hellið vanlíðan í gegnum sigið í tilbúnu skálina og hrærið þar til það er kólnað.

h) Hrærið límónusafanum, rjómanum og chiafræjunum saman við. Fjarlægðu skálina úr ísbaðinu, settu lokið yfir og kældu þar til vaniljan er köld, að minnsta kosti 2 klukkustundir eða allt að 4 klukkustundir.

i) Frystið og hrærið í ísvél samkvæmt leiðbeiningum framleiðanda. Berið ísinn fram strax til að fá mjúka samkvæmni; til að fá stinnari samkvæmni, flytjið það í ílát, lokið og leyfið að harðna í frysti í 2 til 3 klukkustundir.

81. Súkkulaði- og kirsuberjaísgátt

HRÁEFNI:

- 1 bolli (2 prik) ósaltað smjör
- 1 bolli ofurfínn sykur
- 1 tsk. hreint vanilluþykkni
- 4 egg, þeytt
- 2 bollar minna 1 hrúguð msk. hveiti
- 1 hrúguð msk. ósykrað kakóduft
- 1 ½ tsk. lyftiduft
- 4 bollar rifin og söxuð kirsuber
- ½ bolli trönuberjasafi
- 3 msk. ljós púðursykur
- ½ uppskriftlúxus vanillu gelato
- 1 bolli þungur rjómi, mjúklega þeyttur
- nokkur kirsuber til áleggs
- súkkulaði krullur

LEIÐBEININGAR:

a) Forhitið ofninn í 350°F (180°C). Smyrjið létt 7 tommu springform eða lausbotna djúpt kökuform. Þeytið smjör, sykur og vanillu saman þar til það er ljóst og rjómakennt.

b) Þeytið varlega helming egganna saman við, blandið síðan þurrefnunum smám saman út í, til skiptis við afganginn af eggjunum, þar til þau hafa blandast vel saman. Setjið með skeið í tilbúna kökuformið, fletjið toppinn út og bakið í 35 til 40 mínútur þar til það er aðeins stíft við snertingu.

c) Kældu á pönnunni, fjarlægðu síðan, pakkaðu inn í filmu og kældu þar til það er virkilega kalt, til að auðvelda sneið.

d) Settu kirsuberin í lítinn pott með trönuberjasafanum og púðursykrinum. Eldið við meðalhita þar til það er mjúkt. Setjið til hliðar til að kólna, síðan í kæli þar til það er virkilega kalt. Undirbúið vanillugelatið þar til það nær þéttleika sem hægt er að skeiða.

e) Skerið kökuna í þrjú jöfn lög með löngum hníf. Settu eitt lag í 7 tommu kökuformið og settu helming kirsuberjanna yfir og þriðjung af safa þeirra. Hyljið með lag af gelato, og síðan annað kökulagið. Bætið restinni af kirsuberjunum út í en ekki öllum safanum (notið afganginn af safanum til að væta undirhlið þriðja kökulagsins).

f) Hyljið með restinni af gelato og síðasta kökulaginu.

g) Þrýstið vel niður, setjið plastfilmu yfir og frystið yfir nótt. (Ef vill má geyma kökuna í frysti í allt að 1 mánuð.)

82. Súkkulaðibomba

HRÁEFNI:

- ½ uppskriftbitur súkkulaði gelato
- ½ bolli þeyttur rjómi
- 1 lítil eggjahvíta
- ⅛ bolli ofurfínn sykur
- 4 únsur. fersk hindber, maukuð og síuð
- 1 uppskrifthindberjasósa

LEIÐBEININGAR:

a) Í frystinum skaltu kæla 3 ½ til 4 bolla bombe mót eða málmskál. Undirbúið hlaupið. Þegar það er smurt þykkt skaltu setja mótið í skál með ís. Klæddu mótið að innan með gelato og vertu viss um að það sé þykkt, jafnt lag. Sléttu toppinn. Setjið mótið strax inn í frysti og frystið þar til það er orðið mjög stíft.

b) Þeytið rjómann á meðan þar til hann er stífur. Þeytið eggjahvítan í sérstakri skál þar til hún myndar mjúka toppa, þeytið síðan sykurinn varlega út í þar til hún verður gljáandi og stíf. Brjótið saman þeytta rjómann, eggjahvítu og síuð hindber og kælið. Þegar súkkulaðiísinn er orðinn mjög þéttur, hellið þá hindberjablöndunni í miðja bombuna.

c) Sléttið toppinn, hyljið með vaxpappír eða filmu og frystið í að minnsta kosti 2 klukkustundir.

d) Um 20 mínútum áður en hún er borin fram skaltu taka sprengjuna úr frystinum, þrýsta fínum teini í gegnum miðjuna til að losa loftlásinn og renna hníf um efstu brúnina að innan. Hvolfið á kældan disk og þurrkið af pönnunni stuttlega með heitum klút. Kreistu eða hristu pönnuna einu sinni eða tvisvar til að sjá hvort sprengjan renni út; ef ekki, þurrkaðu aftur af með heitum klút. Þegar það rennur út gætirðu þurft að snyrtia yfirborðið með litlum pallettuhníf og setja það strax aftur í frystinn í að minnsta kosti 20 mínútur til að stífna aftur.

e) Berið fram, skorið í sneiðar, með hindberjasósunni. Þessi sprengja geymist í 3 til 4 vikur á pönnu sinni í frysti.

83. Ananas bakað alaska

HRÁEFNI:

- 1 6 til 8-oz. stykki engiferterta sem er keypt í verslun
- 6 sneiðar þroskaður, afhýddur ananas
- 3 bollartutti-frutti gelato, mýkjandi
- 3 stórar eggjahvítur
- ¾ bolli ofurfínn sykur
- nokkra bita af ferskum ananas, til að skreyta

LEIÐBEININGAR:

a) Skerið kökuna í 2 þykka bita og raðið í ferning eða hring á plötu með margnota pönnu á ofnplötu, svo þú getir auðveldlega fært hana yfir í framreiðslurétt síðar.

b) Skerið 6 ananas sneiðar í þríhyrninga eða fernt, yfir kökuna til að ná einhverju dropi. Raðið ananasbitunum ofan á kökuna og settu síðan gelato yfir. Setjið pönnuna strax í frysti til að frysta gelatoðið aftur, ef það hefur mýkst of mikið.

c) Á meðan þeytið þið eggjahvíturnar þar til þær eru mjög stífar, þeytið síðan sykurinn út í smám saman þar til blandan verður stíf og gljáandi.

d) Dreifið marengsblöndunni jafnt yfir allt gelatoðið og setjið aftur í frysti. Þetta má frysta í nokkra daga ef vill.

e) Þegar þú ert tilbúinn til að þjóna skaltu hita ofninn í 450 ° F (230 ° C). Settu bökunarpönnu inn í heitan ofninn í aðeins 5 til 7 mínútur, eða þar til hann er orðinn gullinn yfir öllu.

f) Færið yfir í framreiðslufat og berið fram strax, skreytt með nokkrum bitum af ferskum ananas.

84. Súkkulaðidýfði gelato pops

HRÁEFNI:

- 1 uppskriftlúxus vanillu gelato
- 1 uppskriftsúkkulaðisósu
- smátt saxaðar hnetur eða strá

LEIÐBEININGAR:

a) Gerðu ísinn í kúlur af ýmsum stærðum. Settu þau strax á vaxpappír og frystu aftur mjög vel.
b) Útbúið súkkulaðisósuna og látið standa á köldum (ekki köldum) stað þar til hún hefur kólnað en ekki þykknað.
c) Hyljið nokkrar plötur með vaxpappír. Ýttu ísíspinna í miðjuna á ísssköku og dýfðu því ofan í súkkulaðið til að hylja það alveg. Haltu því yfir súkkulaðiskálinni þar til það hefur runnið út og settu það síðan á hreina vaxpappírinn.
d) Stráið hnetum eða lituðu strái yfir ef vill. Setjið ísinn í frysti og látið standa þar til hann er orðinn mjög harður (nokkrar klukkustundir). Þó að þeir geymist í nokkrar vikur, allt eftir því hvaða ís er notaður, er betra að borða þá eins fljótt og auðið er.
e) Gerir 6–8 (fleirri ef notuð er mjög lítil ausa)

85. Cappuccino frappé

Gerir: 6

HRÁEFNI:

- 4 msk. kaffilíkjör
- ½ uppskrift kaffigelato
- 4 msk. romm
- ½ bolli þungur rjómi, þeyttur
- 1 msk. ósykrað kakóduft, sigtað

LEIÐBEININGAR:

a) Hellið líkjörnum í botninn á 6 frystiþolnum glösum eða bollum og kælið vel eða frystið.

b) Undirbúið hlaupið samkvæmt leiðbeiningum þar til það er að hluta frosið. Þeytið síðan romminu út í með rafmagnshrærivél þar til það er froðukennt, hellið strax yfir frosna líkjörinn og frystið aftur þar til það er stíft en ekki hart.

c) Rjóma þeytta rjómann yfir hlaupið.

d) Stráið ríkulega kakódufti yfir og setjið aftur í frysti í nokkrar mínútur þar til þið eruð alveg tilbúin til að bera fram.

86. Steiktar fíkjur í krydduðu rauðvíni með gelati

Gerir: 2 skammta

HRÁEFNI:

- 1½ bolli þurrt rauðvín
- 1 matskeið sykur (1-2T), eftir smekk
- 1 kanilstöng
- 3 heilir negull
- 3 heilar ferskar fíkjur, skornar í fjórða
- Vanillugelato sem meðlæti
- Myntugreinar til skrauts, ef vill

LEIÐBEININGAR:

a) Blandið víni, sykri, kanil og negul saman í pott.

b) Látið suðuna koma upp við hæfilega háan hita, hrærið í og látið malla í 5 mínútur. Bætið fíkjunum út í og látið malla aðeins þar til fíkjur eru orðnar í gegn. Látið kólna til að hitna.

c) Raðið matskeiðum af gelati í tvö stöngulglas og toppið með fíkjunum og smá af rjúpnavökvanum. Skreytið með myntu ef vill.

87. Pina colada marengs gelato kaka

Gerir: 6 skammta

HRÁEFNI:

- ½ bolli þurrkaður ananas
- 20 g dökkt (70%) súkkulaði
- 100 g tilbúinn marengs
- 1 ¼ bolli þungur rjómi
- 2-4 msk Malibu kókos romm
- Fersk mynta eða ristað kókoshneta, til skrauts

LEIÐBEININGAR:

a) Klæðið 13 x 23 cm brauðform með plastfilmu. Vertu viss um að skilja eftir nokkra cm af plasti yfir hliðarnar.

b) Saxið ananasinn þannig að enginn biti sé stærri en rúsína. Gerðu það sama með súkkulaðið.

c) Brjótið marengsinn í mola. Reyndu að gera þetta fljótt því marengsinn tekur upp raka úr loftinu og verður klístur.

d) Í stórri blöndunarskál, þeytið þungan rjómann að mjúkum toppum. Bætið Malibu við, þeytið svo aftur í nokkrar sekúndur þar til mjúku topparnir koma aftur.

e) Bætið ananasnum og súkkulaðinu í skálina og blandið þeim varlega saman við kremið. Bætið marengsnum út í og blandið varlega saman aftur. Helltu öllu í brauðformið og taktu nokkrum mjúkum höggum á borðið svo innihaldið jafnist og dreifist. Brjótið yfirhangandi plastið yfir kökuna og vefjið síðan forminu inn í annað lag af plastfilmu. Setjið kökuna í frysti yfir nótt.

f) Til að bera fram, notaðu yfirhangandi plastið til að draga kökuna úr forminu. Skerið í sneiðar og toppið með myntugreinum, eða enn betra strá af ristaðri kókoshnetu. Þetta er mjúk rjómakaka, svo étið hana strax.

88. Jarðarberjamarengs gelato kaka

Gerir: 8 skammta

HRÁEFNI:

- Ítalskur marengs
- 4 ferskar eggjahvítur
- 1 ½ bolli hvítur sykur
- ¼ bolli vatn
- 1 msk fljótandi glúkósa eða létt maíssíróp
- jarðarber
- 3 bollar jarðarber, þvegin, þurrkuð og afhýdd
- 1 msk flór-/konfektsykur
- 1 msk hvítur sykur
- rjóma
- ¾ bolli tvöfaldur/þungur rjómi

LEIÐBEININGAR:

a) Til að búa til ítalskan marengs skaltu setja sykur, vatn og glúkósa/maíssíróp í meðalstóran pott. Setjið eggin í (varlega hreina) skálina á hrærivél.

b) Stillið hitann undir pottinum á meðalháan, hitið sykurblönduna að suðu, hrærið pottinum til að hreyfa sykurinn þegar hann leysist upp.

c) Notaðu sykurhitamæli til að athuga hitastigið á sjóðandi sírópinu. Farðu varlega með heitan sykur! Þegar hitinn er kominn upp í 100C, setjið þeytarann á hrærivélina í hátt.

d) Þegar sykurinn hefur náð 116C (eða „mjúku kúlu" stiginu), takið sírópið af hitanum og hellið rólega út í léttúðu eggjahvíturnar, haltu hrærivélinni á meðalháum hraða.

e) Þegar öllu sírópinu hefur verið hellt út í, lækkið hraðann í lágmark og látið þeytast þar til eggjahvíturnar hafa kólnað, þetta getur tekið allt að þrjátíu mínútur.

f) Á meðan þetta er að gerast skaltu taka helminginn af jarðarberjunum og sælgætissykrinum og hræra í matvinnsluvél þar til það er slétt. Sigtið þær í gegnum sigti til að fjarlægja fræ og geymið í ísskáp.

g) Takið hinn helminginn af jarðarberjunum og skerið í sneiðar. Geymið fallegustu sneiðarnar til að skreyta kökuna þína, bætið hvíta sykrinum út í afganginn og látið malla.

h) Setjið rjómann í stóra skál og þeytið þannig að það sé eins og mjúkur ís (hugsið ykkur sundaes eða Mr Whippy, í Bretlandi)

i) Taktu brauðform sem tekur að minnsta kosti sex bolla, þú gætir þurft annað ílát þar sem þessi blanda getur gert allt að tíu bolla virði...vættu hana með smá vatni, hristu umframmagnið af og klæddu það með plastfilmu.

j) Settu fráteknar jarðarberjasneiðar í mynstur á botninn á fóðruðu brauðforminu þínu.

k) Takið rjómann og hellið honum út í marengsinn ásamt jarðarberjamaukinu og sneiðum jarðarberjunum. Brjótið þetta allt varlega saman með matskeið þar til það er bara bylt.

l) Setjið blönduna með skeið í tilbúið form, hægt er að hella öllu aukahluti í annað fóðrað ílát. Toppinn ef hægt er að slétta aðalkökuna út með spaða sem dregur yfir hana, frekar eins og múrari sléttir sementið á múrvegg. Gerðu þetta yfir hitt ílátið til að ná umframblöndunni.

m) Hyljið með plastfilmu og frystið þar til það er stíft. Þetta mun taka að minnsta kosti 7-8 klukkustundir, en má láta það liggja yfir nótt til að stífna að fullu.

n) Takið úr frystinum 10 mínútum áður en borið er fram, dragið úr plastfilmunni, hvolfið á disk, fjarlægið plastfilmuna og notið brauðhníf bleytur í heitu vatni til að skera sneiðar.

89. Toblerone gelato

HRÁEFNI:

- 24 aura nýmjólk
- 2,7 aura púðursykur
- 3 matskeiðar maíssterkju
- 2 matskeiðar kakóduft
- 1 ½ matskeið hunang
- ¾ teskeið kosher salt
- 2 aura mildaður rjómaostur
- Þrjár 3,5 aura stangir dökkar Toblerone, skornar í litla bita
- 1 matskeið vanillu
- 1 ½ tsk Amaretto
- 1 bar Toblerone, skorið í litla bita

LEIÐBEININGAR:

a) Hrærið saman mjólk, sykri, maíssterkju, kakódufti, hunangi og salti í þykkbotna potti. Hitið yfir miðlungs til meðalháum hita, hrærið stöðugt í, þar til blandan kemur að suðu.

b) Leyfið botninum að sjóða í 10-15 sekúndur og hellið svo í skál með rjómaostinum og 3 stöngum af söxuðu Toblerone. Bætið vanillu og amaretto út í og leyfið að standa í eina mínútu til að bræða ostinn og súkkulaðið.

c) Þeytið botninn þar til súkkulaðið og osturinn er bráðinn. Í botninum verða pínulitlir möndlubitar.

d) Helltu botninum í blandarann þinn og blandaðu þar til slétt.

e) Sigtið botninn í málmskál sem er sett í stærri skál sem er fyllt með ísvatni.

f) Hrærið stundum þar til hitastigið er ekki meira en 40F.

g) Snúðu grunninn þinn í samræmi við LEIÐBEININGAR framleiðanda:. Þegar ísinn er orðinn mjúkur berið fram samkvæmni. bætið við síðustu stönginni af fínsöxuðu súkkulaði og hrærið í 2 mínútur til viðbótar þar til nammið er jafnt dreift.

h) Pakkaðu í ílát. Þrýstið plastfilmu beint á yfirborðið á ísnum og frystið í 4-6 tíma eða yfir nótt.

90. Súkkulaði Nutella Gelato

Gerir: 3 skammta

HRÁEFNI:

- ⅓ bolli þungur rjómi
- 1 ⅓ bollar 2% mjólk
- ½ bolli kornsykur
- 2 matskeiðar Nutella
- 2-3 matskeiðar dökkar dökkar súkkulaðibitar

LEIÐBEININGAR:

a) Í meðalstórri til stórri skál bætið við rjóma, mjólk og sykri og þeytið á miðlungshraða í 20 sekúndur og hellið síðan í hlaupavélina.

b) Þegar gelato er næstum tilbúið, bætið við Nutella og súkkulaðibitum, haltu áfram með ísvélina þar til æskilegt rjómabragð er náð.

91. Kirsuberjahlaup

Gerir: 1

HRÁEFNI:

- 2 bollar af nýmjólk
- 5 eggjarauður
- 1 bolli af sykri
- 1 bolli af þungum rjóma
- 1 tsk vanillu
- 2 tsk rifnar appelsínur
- 1 kíló af kirsuberjum sem eru grófhreinsuð

LEIÐBEININGAR:

a) Þeytið eggjarauður og sykur á meðalhita í potti þar til sykurinn er uppleystur. Bætið mjólkinni, rifnum appelsínu og rjómanum út í og þeytið þar til það hefur blandast saman.

b) Eldið við meðalhita, þeytið stöðugt í 8 – 10 mínútur þar til það er þykkt.

c) Takið af hitanum.

d) Bætið kirsuberjunum út í og blandið vel saman í matvinnsluvél. Hrærið blönduðum kirsuberjum og vanillu saman við. Hellið í gegnum fína sigti í plastskál. Lokið og kælið yfir nótt.

e) Setjið blönduna í gegnum ísvél eftir leiðbeiningum framleiðanda.

f) Frystið þar til tilbúið til framreiðslu.

92. Blackberry Gelato

Gerir: 1

HRÁEFNI:

- 2 bollar af nýmjólk
- 4 eggjarauður
- 1 bolli af sykri
- ½ bolli af þungum rjóma
- ½ tsk salt
- 2 bollar af brómberjum

LEIÐBEININGAR:

a) Setjið brómberin í gegnum fínmöskju sigti sem er sett yfir blöndunarskál. Notaðu bakhliðina á skeið til að þrýsta kvoðu í gegnum sigtið til að fjarlægja safa og kvoða án þess að nota neitt af fræjunum. Setja til hliðar.

b) Þeytið eggjarauður og sykur í meðalstórum potti og hitið þar til sykurinn er uppleystur. Bætið mjólkinni, salti og rjóma út í og þeytið þar til það hefur blandast saman.

c) Eldið við meðalhita, þeytið stöðugt í 8 – 10 mínútur þar til það er þykkt.

d) Takið af hitanum.

e) Hrærið brómberjasafanum og deiginu saman við. Hellið í gegnum fína sigti í plastskál. Lokið og kælið yfir nótt.

f) Setjið blönduna í gegnum ísvél eftir leiðbeiningum framleiðanda.

g) Frystið þar til tilbúið til framreiðslu.

93. Hindberjahlaup

Gerir: 1

HRÁEFNI:

- 2 bollar af nýmjólk
- 4 eggjarauður
- 1 ¼ bolli af sykri
- 1 bolli af þungum rjóma
- 1 tsk salt
- 2 bollar af hindberjum

LEIÐBEININGAR:

a) Settu hindberin í gegnum sigti (helst möskva) sett yfir blöndunarskál. Næst skaltu kvoða í gegnum sigti til að fjarlægja safann með því að taka bakið á skeið og þrýsta niður. Þetta mun yfirgefa kvoða án þess að nota neitt af fræjunum. Setja til hliðar.

b) Blandið aðeins eggjarauðunum og sykri í meðalstóran pott með því að þeyta þær og bræðið sykur yfirhita þar til hann er vel uppleystur. Bætið mjólkinni, salti og rjóma út í og þeytið þar til það hefur blandast saman.

c) Eldið við meðalhita, þeytið stöðugt í 8 – 10 mínútur þar til það er þykkt.

d) Takið af hitanum.

e) Hrærið hindberjasafanum og deiginu saman við. Hellið í gegnum fína sigti í plastskál. Lokið og kælið yfir nótt.

f) Setjið blönduna í gegnum ísvél eftir leiðbeiningum framleiðanda.

g) Frystið þar til tilbúið til framreiðslu.

94. Bláberjahlaup

Gerir: 1

HRÁEFNI:

- 2 bollar af nýmjólk
- 5 eggjarauður
- 1 bolli af sykri
- ½ bolli af þungum rjóma
- 1 tsk salt
- 2 bollar af bláberjum
- 1 ½ tsk sítrónusafi

LEIÐBEININGAR:

a) Þeytið eggjarauður og sykur í meðalstórum potti og hitið þar til sykurinn er uppleystur. Bætið mjólkinni, salti og rjóma út í og þeytið þar til það hefur blandast saman.

b) Eldið við meðalhita, þeytið stöðugt í 8 – 10 mínútur þar til það er þykkt.

c) Takið af hitanum.

d) Setjið bláber og sítrónusafa í matvinnsluvélina og vinnið þar til blandað. Hrærið bláberjasítrónublöndunni út í vökvann. Hellið í gegnum fína sigti í plastskál. Lokið og kælið yfir nótt.

e) Setjið blönduna í gegnum ísvél eftir leiðbeiningum framleiðanda.

f) Frystið þar til tilbúið til framreiðslu.

95. Mangó gelato

Gerir: 1

HRÁEFNI:

- 2 bollar af nýmjólk
- 4 eggjarauður
- 1 bolli af sykri
- 1 bolli af þungum rjóma
- 1 tsk salt
- 2 bollar af mangómauki
- 1 ½ matskeið maíssterkja

LEIÐBEININGAR:

a) Þeytið eggjarauður og sykur í meðalstórum potti og hitið þar til sykurinn er uppleystur. Bætið mjólkinni, salti og rjóma út í og þeytið þar til það hefur blandast saman.

b) Eldið við meðalhita, þeytið stöðugt í 8 – 10 mínútur þar til það er þykkt.

c) Takið af hitanum.

d) Setjið mangó og maíssterkju í matvinnsluvélina og vinnið þar til það er blandað saman. Hrærið mangóblöndunni út í vökvann. Hellið í gegnum fína sigti í plastskál. Lokið og kælið yfir nótt.

e) Setjið blönduna í gegnum ísvél eftir leiðbeiningum framleiðanda.

f) Frystið þar til tilbúið til framreiðslu.

96. Hnetusmjörshlaup

Gerir: 1

HRÁEFNI:

- 2 bollar af nýmjólk
- 5 eggjarauður
- ⅔ bolli af sykri
- 1 ½ bolli af þungum rjóma
- 1 tsk salt
- 1 tsk vanillu
- ⅔ bolli af hnetusmjöri

:

LEIÐBEININGAR:

a) Þeytið eggjarauður og sykur í meðalstórum potti og hitið þar til sykurinn er uppleystur. Bætið mjólkinni, salti og rjóma út í og þeytið þar til það hefur blandast saman.

b) Eldið við meðalhita, þeytið stöðugt í 8 – 10 mínútur þar til það er þykkt.

c) Takið af hitanum.

d) Hrærið hnetusmjöri og vanillu út í vökvann. Hellið í gegnum fína sigti í plastskál. Lokið og kælið yfir nótt.

e) Setjið blönduna í gegnum ísvél eftir LEIÐBEININGUM framleiðanda:.

f) Frystið þar til tilbúið til framreiðslu.

97. Heslihnetuhlaup

Gerir: 1

HRÁEFNI:

- 2 bollar af nýmjólk
- 5 eggjarauður
- ⅓ bolli af sykri
- 1 ½ bolli af þungum rjóma
- 1 tsk salt
- 1 tsk vanillu
- 1 bolli af ristuðum heslihnetum

LEIÐBEININGAR:

a) Þeytið eggjarauður og sykur í meðalstórum potti og hitið þar til sykurinn er uppleystur. Bætið mjólkinni, salti og rjóma út í og þeytið þar til það hefur blandast saman.

b) Eldið við meðalhita, þeytið stöðugt í 8 – 10 mínútur þar til það er þykkt.

c) Takið af hitanum.

d) Settu ristaðar heslihnetur í matvinnsluvél og púlsaðu. Hrærið heslihnetunni og vanillu út í vökvann. Hellið í gegnum fína sigti í plastskál. Lokið og kælið yfir nótt.

e) Setjið blönduna í gegnum ísvél eftir leiðbeiningum framleiðanda.

f) Frystið þar til tilbúið til framreiðslu.

98. Blandað berjahlaup

Gerir: 1

HRÁEFNI:

- 2 bollar af nýmjólk
- 4 eggjarauður
- ½ bolli af sykri
- 1 bolli af þungum rjóma
- 1 tsk salt
- 1 tsk vanillu
- ½ bolli af bláberjum
- ½ bolli hindberjum

LEIÐBEININGAR:

a) Settu hindberin í gegnum sigti (helst möskva) sett yfir blöndunarskál. Notaðu bakhliðina á skeið til að þrýsta kvoðu í gegnum sigtið til að fjarlægja safa og kvoða án þess að nota neitt af fræjunum. Setja til hliðar.

b) 2 Þeytið eggjarauður og sykur í meðalstórum potti og hitið þar til sykurinn er uppleystur. Bætið mjólkinni, salti og rjóma út í og þeytið þar til það hefur blandast saman.

c) Eldið við meðalhita, þeytið stöðugt í 8 – 10 mínútur þar til það er þykkt.

d) Takið af hitanum.

e) Setjið vanillu, bláber og hindberjasafa og deigið í matvinnsluvél og blandið þar til það hefur blandast saman. Hrærið berja- og vanillublöndunni út í vökvann. Hellið í gegnum fína sigti í plastskál. Lokið og kælið yfir nótt.

f) Setjið blönduna í gegnum ísvél eftir LEIÐBEININGUM framleiðanda:.

g) Frystið þar til tilbúið til framreiðslu.

99. Kókos Gelato

Gerir: 1

HRÁEFNI:

- 5 eggjarauður
- 2 bollar af kókosmjólk
- 1 bolli af sykri
- 1 bolli af þungum rjóma
- 1 tsk salt
- 1 tsk vanillu
- kókosvatn úr einni ferskri kókoshnetu
- ½ bolli af rifnum sykruðum kókoshnetu

LEIÐBEININGAR:

a) Þeytið eggjarauður, kókosvatn úr fersku kókosnum og sykurinn í meðalstórum potti og hitið þar til sykurinn er uppleystur. Bætið kókosmjólkinni, salti og rjóma út í og þeytið þar til það hefur blandast saman.

b) Eldið við meðalhita, þeytið stöðugt í 8 – 10 mínútur þar til það er þykkt.

c) Takið af hitanum.

d) Hrærið kókosflögunum og vanillublöndunni út í vökvann. Hellið í gegnum fína sigti í plastskál. Lokið og kælið yfir nótt.

e) Setjið blönduna í gegnum ísvél eftir leiðbeiningum framleiðanda.

f) Frystið þar til tilbúið til framreiðslu.

100. Grasker Gelato

Gerir: 1

HRÁEFNI:

- 2 bollar af nýmjólk
- 4 eggjarauður
- 1 bolli af sykri
- 1 bolli af þungum rjóma
- 1 tsk salt
- 1 tsk vanillu
- 1 bolli af graskersmauki
- 1 tsk kanill
- ¼ bolli af púðursykri

LEIÐBEININGAR:

a) Þeytið eggjarauður og sykur í meðalstórum potti og hitið þar til sykurinn er uppleystur. Bætið mjólkinni, salti og rjóma út í og þeytið þar til það hefur blandast saman.

b) Eldið við meðalhita, þeytið stöðugt í 8 – 10 mínútur þar til það er þykkt.

c) Takið af hitanum.

d) Hrærið púðursykri, kanil, graskersmauki og vanillu saman og hrærið þeim síðan út í vökvann. Hellið í gegnum fína sigti í plastskál. Lokið og kælið yfir nótt.

e) Setjið blönduna í gegnum ísvél eftir leiðbeiningum framleiðanda.

f) Frystið þar til tilbúið til framreiðslu.

NIÐURSTAÐA

Við elskum öll ítalska eftirrétti. Kannski kemur þetta frá fyrstu sögu þeirra um að hafa ekki reglulega aðgang að sykri og nota mun minni sykur í uppskriftum sínum en amerískir kokkar. Það er allt ferska hráefnið, eins og rjómi og ostur, sem gera ítalska eftirrétti svo ljúffenga.

www.ingramcontent.com/pod-product-compliance
Lightning Source LLC
LaVergne TN
LVHW011020061026
849535LV00006B/1971